AF081103

ഗ്രീൻ ബുക്സ്

നല്ല മാതാപിതാക്കളാകുവാൻ

പൊട്ടയ്ക്കലച്ചൻ

1951ൽ തൃശൂരിലെ മുരിയാട് ജനനം.
സെന്റ് അലോഷ്യസ് കോളേജ് എൽത്തുരുത്ത്,
എസ്.ബി. കോളേജ് ചങ്ങനാശ്ശേരി,
ധർമ്മാരാം കോളേജ് ബാംഗ്ലൂർ, ഗവ. കോളേജ് പട്ടാമ്പി,
ലസാൻ യൂണിവേഴ്സിറ്റി, ഫിലാഡൽഫിയ, അമേരിക്ക
എന്നിവിടങ്ങളിൽ തന്റെ പഠനപരമ്പര പൂർത്തിയാക്കി.
1980ൽ സി.എം.ഐ. സഭയിൽ വൈദികനായി.
എൽത്തുരുത്ത് സെന്റ് അലോഷ്യസ് കോളേജിൽ
മലയാളം അധ്യാപകനായിരുന്നു.
1997ൽ 'ഇൻസൈറ്റ് കൗൺസ്ലിംഗ് സെന്റർ' സ്ഥാപിച്ചു.
ഇപ്പോൾ ജീവിതത്തിന്റെ വിവിധ തുറകളിലുള്ളവർക്ക്
ക്ലാസുകളെടുക്കുന്നു, കൗൺസ്ലിംഗ് കൊടുത്തു വരുന്നു.

ഗ്രീൻ ബുക്സ് പ്രസിദ്ധീകരിച്ച ഗ്രന്ഥകാരന്റെ ഇതര കൃതികൾ

ദൈവം തിരിഞ്ഞു നടക്കുന്നു
(തത്ത്വചിന്ത)

കൗമാരം വഴിതെറ്റാതിരിക്കാൻ
(വ്യക്തിത്വവികാസം)

പേരന്റിങ്
നല്ല മാതാപിതാക്കളാകുവാൻ

പൊട്ടയ്ക്കലച്ചൻ

ഗ്രീൻ ബുക്സ്

green books private limited
gb building, civil lane road, ayyanthole,
thrissur- 680 003, kerala, ph: +91 487-2381066, 2381039
website: www.greenbooksindia.com
e-mail: info@greenbooksindia.com

malayalam
nalla mathapithakkalakuvan
parenting
by
pottackalachan

first published november 2019

cover design : mansoor cheruppa

branches:
thrissur 0487-2422515
palakkad 0491-2546162
thiruvananthapuram 0471-2335301
calicut 0495 4854662
ernakulam 8589095007

isbn : 978-93-89671-08-7

no part of this publication may be reproduced,
or transmitted in any form or by any means,
without prior written permission of the publisher.

GMPL/1125/2019

എല്ലാ മാതാപിതാക്കൾക്കും

അമ്മയാകുക

അച്ഛനാകുക

മക്കളുണ്ടാകുക

അതൊരനുഗ്രഹമാണ്.

ഒപ്പം തികഞ്ഞ ഉത്തരവാദിത്വവുമാണ്.

വളർച്ചയുടെ ഓരോ ഘട്ടത്തിലും മാതാപിതാക്കളുടെ ശ്രദ്ധവേണം.

സംയോഗസമയത്തെ മാതാപിതാക്കളുടെ

മനോഭാവം പോലും പ്രധാനമാണ്.

ഉണ്ണി പുറത്തുവരുമ്പോൾ കൊടുക്കുന്നതിനേക്കാൾ ശ്രദ്ധ

ഉണ്ണി ഉദരത്തിലായിരിക്കുമ്പോൾ കൊടുക്കണം.

ജീവിതത്തിലേക്ക് കൈപിടിച്ച് നടത്തണം.

നടക്കുമ്പോൾ കാൽതെറ്റി വീണെന്ന് വന്നേക്കാം. സഹായിക്കണം.

മാതാപിതാക്കൾ കൂടെയുണ്ടാകണം.

സ്നേഹപൂർവ്വം തിരുത്തലുകൾ കൊടുക്കണം.

അപകടങ്ങൾ പതിയിരിക്കുന്ന മാർഗ്ഗങ്ങൾ കാണിച്ചുകൊടുക്കണം.

നേർവഴിക്ക് നയിക്കണം.

പ്രായത്തിനനുസൃതമായ അറിവുകൾ പകർന്നുകൊടുക്കണം.

സ്വാതന്ത്ര്യം കൊടുക്കണം.

അവർ സ്വന്തം കാലിൽ നിൽക്കാൻ പഠിക്കട്ടെ.

പതുക്കെ പതുക്കെ പറക്കാൻ പഠിക്കട്ടെ.

വീടിനും നാടിനും അഭിമാനം കൊണ്ടുവരുന്നവരാകട്ടെ.

പൊട്ടയ്ക്കലച്ചൻ

ഉള്ളടക്കം

ശിശു ജനിക്കുമ്പോൾ 11
അമ്മ കുഞ്ഞിന്റെ കണ്ണാടി 17
ശിക്ഷയല്ല ആവശ്യം,
ശിക്ഷണമാണ് 22
"രാജവൽ പഞ്ചവർഷാണി
ദശവർഷാണി ദാസവൽ" 28
"പ്രതിജനഭിന്ന
വിചിത്രമാർഗ്ഗമാം" 33
കതിരിൽ വളം ചെയ്തിട്ട്
കാര്യമില്ല 38
അധികമായാൽ
അമൃതും വിഷം 44
സ്വയം പര്യാപ്തതയിലേക്ക് 48
ആധുനിക
സാങ്കേതിക വിദ്യകൾ 52
സമഗ്രവളർച്ച 56
താരതമ്യം അരുത് 63
ചിട്ടയുള്ള ജീവിതം 67
ഇഷ്ടം പ്രേമം സ്നേഹം 71
ലൈംഗികജ്ഞാനം 76
യഥാ മാതാപിതാ തഥാ സുത 84
ലൈംഗികോന്മുഖത 90
യൗവ്വനോദയം 97
ദൈവോന്മുഖത 101

ശിശു ജനിക്കുമ്പോൾ

പ്രിയപ്പെട്ടവരേ, വിവാഹത്തിനൊരുക്കമായി പലരും ക്ലാസുകൾ നടത്താറുണ്ട്. വിവാഹം കഴിഞ്ഞ് കുട്ടികളായി കഴിയുന്നവർക്കും ക്ലാസുകൾ സംഘടിപ്പിച്ച് കണ്ടിട്ടുണ്ട്. എന്നാൽ, വിവാഹം കഴിഞ്ഞ് മാസങ്ങൾ മാത്രമായിട്ടുള്ള, നവദമ്പതികളായ നിങ്ങളെപ്പോലുള്ളവർക്ക് ആദ്യമായിട്ടാണ് ഒരു ക്ലാസ് സംഘടിപ്പിച്ച് കാണുന്നത്. ഇത് അർത്ഥവത്തായ ഒരു കാര്യമാണ്. ഇതിന്റെ സംഘാടകരെ ഞാൻ അഭിനന്ദിക്കുന്നു.

'ശിശു ജനിക്കുമ്പോൾ' എന്ന വിഷയത്തെക്കുറിച്ച് സംസാരിക്കുവാനാണ് എന്നോട് ആവശ്യപ്പെട്ടിരിക്കുന്നത്. നിങ്ങളെ സംബന്ധിച്ചിടത്തോളം ഈ ഘട്ടത്തിൽ വളരെ പ്രസക്തമായ വിഷയവുമാണത്. നിങ്ങളുടെ ജിജ്ഞാസയെ തൊട്ടുണർത്തിക്കൊണ്ട് നമുക്ക് വിഷയത്തിലേക്ക് കടക്കാം. ഇവിടെ ഭാര്യമാരേ ഗർഭിണികളാകാറുള്ളൂ. സത്യത്തിൽ ഭർത്താക്കന്മാരും ഗർഭം കൊള്ളണം. ഭാര്യ ഉദരത്തിൽ ഗർഭം കൊള്ളുമ്പോൾ ഭർത്താവ് മനസ്സിൽ ഗർഭം കൊള്ളണം. എന്റെ കുഞ്ഞ് ഭാര്യയുടെ ഉദരത്തിൽ വളരുന്നുണ്ടെന്ന ചിന്ത എപ്പോഴും ഭർത്താവിന് മനസ്സിലുണ്ടാകണം. അല്ലെങ്കിൽ വെറും 11-ാം ക്ലാസിൽ മാത്രം പഠിക്കുന്ന ഒരു പെൺകുട്ടി ചോദിച്ചതുപോലെ "ഞങ്ങൾ പെണ്ണുങ്ങൾ പ്രസവിക്കാനുള്ള വല്ല യന്ത്രങ്ങളാണോ?" എന്ന സംശയം വരും. അമ്മയുടെ രക്തത്തിൽനിന്നും കുഞ്ഞ് പോഷകാംശം പകർന്നെടുക്കുന്നതുപോലെ അച്ഛനിൽനിന്നും കുട്ടിക്ക് സ്നേഹം പകർന്ന് കിട്ടണം. ഭാര്യയുടെ ഉദരത്തിൽ വളരുന്ന കുഞ്ഞിനോടൊത്ത് സമയം ചെലവഴിക്കുവാൻ അച്ഛന് കഴിയണം. മൂന്നുമാസമായാൽ ഉദരസ്തയായ കുഞ്ഞിന്റെ ജ്ഞാനേന്ദ്രിയങ്ങളും പഞ്ചേന്ദ്രിയങ്ങളും പ്രവർത്തനനിരതമാകും. പുറത്തുനടക്കുന്ന എല്ലാ സ്വരങ്ങളും കുഞ്ഞിന് കേൾക്കാൻ കഴിയും. അമ്മയുടെ രക്ത ചംക്രമണം കുഞ്ഞിന്റെ ശാരീരികമാനസിക വളർച്ചയെ സ്വാധീനിക്കും. അതുകൊണ്ട് ഭാര്യയ്ക്ക് വേണ്ടത്ര സ്നേഹവും ശ്രദ്ധയും കൊടുത്ത് ഗർഭാവസ്ഥയിൽ അവളെ വളരെ സന്തുഷ്ടയായി കൊണ്ടുനടക്കണം.

ഇപ്പോൾ എന്റെ മുന്നിലിരിക്കുന്ന നിങ്ങളിൽ ചിലർ ഗർഭാവസ്ഥയുടെ ആദ്യ നാളുകളിലായിരിക്കാം. അങ്ങനെയുള്ളവരുടെ വിചാരവും പ്രാർത്ഥനയും എനിക്ക് ഊഹിക്കാനാകും. "ദൈവമേ, ഒരു പ്രയാസവും

കൂടാതെ ഞങ്ങൾക്ക് ഉണ്ണിയെ തരണമേ. നല്ല ആരോഗ്യമുള്ള കുഞ്ഞിനെ തരണമേ. അംഗവൈകല്യമൊന്നും ഉണ്ടാകരുതേ. ബുദ്ധിയും മിടുക്കു മുള്ള കുഞ്ഞിനെ തരണമേ." ഇങ്ങനെയുള്ള ചിന്തയും പ്രാർത്ഥനയും നല്ലതു തന്നെ, വേണ്ടതുതന്നെ. നൂറു നൂറു ഘടകങ്ങളുടെ ചേരുവയിൽ നിന്നാണ് ശാരീരികമായും ബൗദ്ധികമായും മാനസികമായും ആരോഗ്യ മുള്ള കുഞ്ഞിനെ ലഭിക്കുക. ഗർഭാവസ്ഥയുടെ നാളുകളിൽ ശാരീരികമായി ശ്രദ്ധിക്കേണ്ട കാര്യങ്ങളെക്കുറിച്ച് നിങ്ങളുടെ ഡോക്ടർ വേണ്ട നിർദ്ദേ ശങ്ങൾ തരുന്നുണ്ടായിരിക്കും. അമ്മമാരും സഹായിക്കുന്നുണ്ടായിരിക്കും. നിങ്ങളിരുപേരോടും എനിക്ക് പറയാനുള്ളത് ഉള്ളിൽ വളരുന്ന ഉണ്ണിയോ ടൊത്ത് സമയം ചെലവഴിക്കുവാൻ നിങ്ങൾക്കുണ്ടാകണം. കുഞ്ഞിനോട് നിങ്ങൾ സംസാരിക്കണം. വയറ്റിൽ തഴുകിയും തലോടിയും ഇരുപേരും കുഞ്ഞിനെ താലോലിക്കണം, ഓമനിക്കണം. ഗർഭാവസ്ഥയിലെ അമ്മയുടെ ആഗ്രഹങ്ങളും പ്രവർത്തികളും കുഞ്ഞിനെ എങ്ങനെ ബാധി ക്കുന്നു എന്നതിനെക്കുറിച്ച് പല സംഭവകഥകളും കേട്ടിട്ടുണ്ട്.

സംഗീത ലോകത്തെ പ്രശസ്തനായ ഡോ. ബാലമുരളി കൃഷ്ണനെ പ്പറ്റി പറഞ്ഞു കേട്ടിട്ടുള്ളൊരു കഥ പറയാം. അദ്ദേഹത്തിന്റെ അമ്മ വലിയ വീണാവിദഗ്ദ്ധയായിരുന്നുവത്രെ. കുഞ്ഞ് ഗർഭാവസ്ഥയിലായിരുന്ന സമയത്ത് അമ്മ മുടങ്ങാതെ വീണ വായിക്കുമായിരുന്നു. ഉയർന്ന ഉദരത്തോട് ചേർത്തുവെച്ച് വീണ വായിക്കുന്നതു കണ്ട് മുതിർന്നവർ ശകാരിക്കുമായിരുന്നു. അപ്പോൾ ആ സ്ത്രീ പറയും. "എന്റെ കുഞ്ഞ്

വീണാനാദം കേട്ട് വളരണം. കുഞ്ഞ് സംഗീതാഭിരുചി ഉള്ള ആളായി തീരണം എന്നാണ് എന്റെ ആഗ്രഹം." ഞാൻ നേരിൽ കേട്ട ഒരു കാര്യം കൂടി പറയാം. കോളേജിൽ പ്രീ-ഡിഗ്രി ഉണ്ടായിരുന്ന കാലം. എന്റെ ക്ലാസിൽ ഒരു പയ്യനുണ്ടായിരുന്നു. വളരെ മിടുക്കനായിരുന്നു. പഠനത്തിൽ ആവശ്യത്തിന് നല്ല മാർക്ക് ലഭിച്ചിരുന്നു. അത്രമാത്രം. അല്ലാതെ വളരെ ഉയർന്ന മാർക്കൊന്നും ഉണ്ടായിരുന്നില്ല. ധീരനായിരുന്നു. അതേ സമയം ശാന്തനും. ഈ സ്വഭാവമാണ് അവനിലേക്കെന്നെ ആകർഷിച്ചത്. ഒരിക്കൽ അവന്റെ അമ്മ കോളേജിൽ വന്ന സമയത്ത് യാദൃച്ഛികമായി എനിക്കമ്മെയയും മകനേയും ഒരുമിച്ച് കാണുവാൻ അവസരമുണ്ടായി. ആർക്കും സ്വന്തം മക്കളെക്കുറിച്ച് നല്ലതു പറഞ്ഞുകേൾക്കുവാൻ സന്തോഷമാണല്ലോ. അതുകൊണ്ട് അവരെ അടുത്ത് വിളിച്ചു പറഞ്ഞു: "നിങ്ങളുടെ മകൻ മിടുക്കനാണല്ലോ. ഒപ്പം നല്ല സ്വഭാവവും." അതുകേട്ട് ആ അമ്മ പറഞ്ഞു : "അച്ചൻ ഇത് പറഞ്ഞതുകൊണ്ട് ഞാനൊരു കാര്യം പറയാം. ഇവനോടെന്നല്ല, ആരോടും ഞാൻ ഈ കാര്യം ഇതുവരെ പറഞ്ഞിട്ടില്ല. വീട്ടിൽ ഞാൻ കിടക്കുന്ന കട്ടിലിന്റെ കാൽക്കൽഭാഗത്ത് ചുമരിൽ പ്രാർത്ഥിച്ചുകൊണ്ടിരിക്കുന്ന യേശുവിന്റെ ഒരു പടമുണ്ട്. എന്നും ഉറങ്ങാൻ പോകുമ്പോഴും ഉണരുമ്പോഴും ആ പടത്തിൽ നോക്കി ഞാൻ പ്രാർത്ഥിക്കുമായിരുന്നു. 'ഈശോയെ നിന്നെപ്പോലെ നല്ലൊരു മകനെ എനിക്ക് തരണമേ എന്ന്.' "നിങ്ങളുടെ പ്രാർത്ഥന ഈശോ കേട്ടുവല്ലോ." എന്ന് ഞാൻ കൂട്ടിച്ചേർക്കുകയും ചെയ്തു. എന്നിട്ട് അവനോടു പറഞ്ഞു: "അമ്മയുടെ പ്രാർത്ഥനപോലെ ജീവിക്കണം കേട്ടോ മോനേ."

ഇനി കുട്ടി ഗർഭാവസ്ഥയിലായിരുന്ന സമയത്തെ തിക്താനുഭവങ്ങൾ കുട്ടിയെ ദോഷകരമായി ബാധിച്ചിട്ടുള്ള ധാരാളം അനുഭവങ്ങളുമുണ്ട്. ചില അമ്മമാർ മക്കളുടെ പ്രശ്നങ്ങളുമായി വരുമ്പോൾ അവരെ ഗർഭം കൊണ്ടിരിക്കുന്ന കാലത്തെ അനുഭവങ്ങൾ വിവരിക്കാറുണ്ട്. ഒരമ്മ പറഞ്ഞു: "അവൻ വയറ്റിലായിരുന്ന കാലത്ത് എനിക്ക് ഒരു സമാധാനവുമുണ്ടായിരുന്നില്ല അച്ചോ. കുട്ടിയുടെ അച്ഛൻ എന്നും കുടിച്ച് വരും. ഒച്ച വെയ്ക്കും. എട്ട് മാസമായിരിക്കുന്ന ഒരു ദിവസം കാലുയർത്തി വയറ്റത്ത് ചവിട്ടാൻ ഓങ്ങിവന്നതാണ്. ഞാൻ ഒഴിഞ്ഞുമാറി. അന്നു രാത്രി ഞാൻ ഉറങ്ങിയിട്ടില്ല. ഏങ്ങലടിച്ച് കരയുകയായിരുന്നു. ആൺകുട്ടിയായിരുന്നിട്ടും അവനധികം പുറത്തിറങ്ങാറില്ല. എല്ലാറ്റിനോടും അവന് പേടിയാണ്. ഇത് കാണുമ്പോൾ അവൻ വയറ്റിലായിരുന്നപ്പോഴുള്ള അനുഭവം ഓർമ്മ വരും."

മറ്റൊരമ്മ പറഞ്ഞു: "മോളെ ഗർഭിണിയായിരുന്ന കാലത്താണ് ഞങ്ങളേറ്റവും വിഷമമേറിയ ഘട്ടത്തിലൂടെ കടന്നുപോയത്. കൂട്ടുകുടുംബത്തിലെ പ്രശ്നങ്ങൾ കാരണം ഞങ്ങൾക്ക് വേറെ പോകേണ്ടി വന്നു. അതേ അവസരത്തിൽ തന്നെ മോളുടെ അച്ഛന്റെ ബിസിനസ്സും പൊളിഞ്ഞു. ലോൺ തിരിച്ചടക്കാനാവാതെ എന്നും ബാങ്കിൽനിന്ന് വിളിയും നോട്ടീസും. അവളുടെ അച്ഛൻ വളരെ നല്ല മനുഷ്യനാണ്. അതുകൊണ്ടുതന്നെ അയാൾ സഹിക്കുന്നത് എന്നെ ഏറെ

സങ്കടപ്പെടുത്തി. ഗർഭിണിയായിരുന്ന കാലത്ത് എനിക്ക് പ്രഷർ വളരെ കൂടുതലായിരുന്നു. ഡോക്ടർ എന്നോട് വീട്ടിൽ വല്ല പ്രശ്നമുണ്ടോ എന്ന് ചോദിക്കാറുണ്ട്. സൂക്ഷിക്കണമെന്നും സൂചിപ്പിച്ചിരുന്നു. ഭാഗ്യത്തിന്, സിസേറിയനായിരുന്നെങ്കിലും പ്രശ്നമൊന്നുമുണ്ടായില്ല. മോളുടെ പ്രസരിപ്പുകുറവും ബുദ്ധിക്കുറവും കാണുമ്പോൾ അവളെ വയറ്റിലായിരുന്ന കാലത്തെ കാര്യങ്ങൾ ഓർത്തു പോകുന്നു. പക്ഷേ, അച്ചാ, അവൾ ജനിച്ചതോടെയാണ് ഞങ്ങൾ കരപറ്റാൻ തുടങ്ങിയത്. സാമ്പത്തികമായി മെച്ചപ്പെട്ടെങ്കിലും ഇവളുടെ രീതി കാണുമ്പോൾ ഒരു വിഷമം."

വേറൊരമ്മ മോളെപ്പറ്റി പറഞ്ഞു: "അച്ചോ, ഇവൾ വളരെ വാശിക്കാരിയാണ്. ഞങ്ങളുടെ വാശിതന്നെയാണ് ഇവൾക്കും കിട്ടിയതെന്ന് തോന്നുന്നു. ഇവളെ ഞങ്ങൾ പ്രതീക്ഷിച്ചിരുന്ന നാളുകളിൽ ഞങ്ങൾ വഴക്കടിച്ച് വേറിട്ട് മാറിനിന്നു. ഇവളുടെ ഡാഡിക്ക് പെട്ടെന്ന് ദ്വേഷ്യംവരും. ഉള്ളതു പറയാമല്ലോ. ഞാനും അങ്ങനെ പെട്ടെന്ന് വിട്ടുകൊടുക്കുന്ന കൂട്ടത്തിലല്ലായിരുന്നു. അതുകൊണ്ടാണ് ഞങ്ങൾ അഞ്ചാറുമാസം പിരിഞ്ഞ് നിൽക്കേണ്ടി വന്നത്. ഇവൾ വളരെ വാശിക്കാരിയും ബഹളക്കാരിയുമാണെന്ന് ക്ലാസിലെ ടീച്ചർ വിളിച്ചു പറഞ്ഞു. അപ്പോഴാണ് ഞാനിതൊക്കെ ഓർത്തുപോകുന്നത്."

മാതാപിതാക്കളുടെ സ്വഭാവം, പ്രത്യേകിച്ചും അമ്മയുടെ മനോഭാവം ഗർഭസ്ഥശിശുവിനെ സ്വാധീനിക്കുമെന്നതിന് ശാസ്ത്രീയമായ തെളിവുകളുണ്ട്. പഴമക്കാരും പറഞ്ഞുവരുന്ന ഒരു സത്യമാണിത്. അതിലുപരി ആധുനിക പഠനങ്ങൾ പറയുന്നത്, സംയോഗ സമയത്തുള്ള സ്ത്രീപുരുഷന്മാരുടെ മനോഭാവം കുഞ്ഞിനെ ബാധിക്കുമെന്നാണ്. പുരാണങ്ങളിലും ഈ വസ്തുത കാണാൻ കഴിയും. യവന പുരാണങ്ങളിലാണ് ഇത്തരം കഥകൾ കൂടുതൽ കാണാൻ കഴിയുന്നത്. യഹൂദക്രൈസ്തവ സാഹിത്യങ്ങളിലെന്നപോലെ ഭാരതീയ സാഹിത്യത്തിലും ഈ സത്യം വെളിപ്പെടുത്തുന്ന കഥകളുണ്ട്. നിങ്ങളെല്ലാവരും ഒരു കുഞ്ഞിനെ പ്രതീക്ഷിച്ചുകൊണ്ടിരിക്കുന്ന ഘട്ടമാണിത്. അതുകൊണ്ട് ശ്രദ്ധിക്കുക. സംയോഗവേളയിലുള്ള സ്ത്രീയുടെ മനോഭാവം കുഞ്ഞിനെ എത്രമാത്രം സ്വാധീനിക്കുന്നു എന്ന് വ്യക്തമാക്കുന്ന ഒരു കഥ മഹാഭാരതത്തിലുണ്ട്.

ശന്തനു രാജാവിന് സത്യവതിയിൽ ജനിച്ച രണ്ടു മക്കളാണ് ചിത്രാംഗദനും, വിചിത്രവീര്യനും. ഒരിക്കൽ വനത്തിൽ വേട്ടയ്ക്ക് പോയപ്പോൾ ഒരു ഗന്ധർവ്വൻ ചിത്രാംഗദനെ കൊന്നു. വിചിത്രവീര്യന് രണ്ടു ഭാര്യമാരുണ്ടായിരുന്നു. അംബികയും അംബാലികയും. പക്ഷേ, അവരിൽ മക്കളുണ്ടാകുന്നതിനു മുമ്പ് വിചിത്രവീര്യൻ മരിച്ചു. സന്താനങ്ങളില്ലാത്തതുകൊണ്ട് വംശം അറുതിപ്പറ്റിപ്പോകാതിരിക്കുവാൻ സത്യവതി ഒരു ഉപായം കണ്ടെത്തി. വിവാഹത്തിന് മുമ്പ് സത്യവതിക്ക് പരാശര മഹർഷിയിൽ ഒരു മകൻ ജനിച്ചിരുന്നു. വേദവ്യാസൻ. സത്യവതി വേദവ്യാസനെ കൊട്ടാരത്തിൽ വരുത്തി. മരുമക്കളായ അംബികയെയും അംബാലികയെയും വിളിച്ച് പറഞ്ഞു. വംശം നിലനിൽക്കാൻ വേണ്ടി

വേദവ്യാസന്റെ കൂട്ടത്തിൽ ശയിക്കണമെന്ന്. ആദ്യ ഊഴം അംബികയുടേതായിരുന്നു. അംബികയെ വിശിഷ്ട വസ്ത്രങ്ങൾ ധരിപ്പിച്ച് വ്യാസന്റെ മുറിയിലേക്ക് ആനയിച്ചു. ജടയും മുടിയുമുള്ള, വൽക്കലധാരിയായ വ്യാസനെ കണ്ടപ്പോൾ അംബികയ്ക്ക് അറപ്പും വെറുപ്പുമാണുണ്ടായത്. എങ്കിലും അമ്മയുടെ നിർബ്ബന്ധത്തിന് വിധേയമായി വ്യാസന്റെ കൂടെ ശയിക്കുവാൻ തീരുമാനിച്ചു. അനിഷ്ടംകൊണ്ട് അംബിക കണ്ണുകൾ അടച്ചുകൊണ്ടാണ് വ്യാസന്റെ കൂടെ ശയിച്ചത്. അതിൽ ജനിച്ചതാണ് ധൃതരാഷ്ട്രർ. അന്ധനായിപ്പോയി. രണ്ടാം ദിവസം അംബാലികയുടെ ഊഴമായിരുന്നു. വ്യാസന്റെ വൈകല്യരൂപം കണ്ട് അംബാലികയുടെ മുഖം വിളറിപ്പോയി. നിർബ്ബന്ധത്തിന്റെ പേരിൽ മുറുമുറുത്തുകൊണ്ടാണ് വ്യാസന്റെ കൂടെ ശയിച്ചത്. അതിൽ ജനിച്ചതാണ് പാണ്ഡുര വർണ്ണമുള്ള പാണ്ഡു. മൂന്നാം ദിവസം രാജ്ഞിമാരുടെ തോഴി സ്വന്തം ഇഷ്ടപ്രകാരം ഉല്ലാസവതിയായി വ്യാസനെ പ്രാപിച്ചു. അതിലുണ്ടായതാണ് അതിബുദ്ധിമാനായ വിദുരർ. സംയോഗസമയത്തുള്ള മാനസികഭാവം പിറക്കുന്ന കുഞ്ഞിന്റെ ശാരീരിക - ബൗദ്ധിക - മാനസിക ഭാവങ്ങളെ എങ്ങനെ സ്വാധീനിക്കുന്നുവെന്ന് ഈ കഥ വ്യക്തമാക്കുന്നു.

അതുകൊണ്ട് നിങ്ങൾ ഒരു കുഞ്ഞിനെ ആഗ്രഹിക്കുന്നുണ്ടെങ്കിൽ ആത്മീയമായും മാനസികമായും ഒരുങ്ങണം. സാധ്യതയുള്ള ദിവസം നിങ്ങൾ സംയോഗത്തിനായി ഒരുങ്ങുമ്പോൾ പ്രാർത്ഥിക്കണം. 'ദൈവമേ, ഒരു കുഞ്ഞിനെ നൽകി ഞങ്ങളുടെ ദാമ്പത്യം പുഷ്പിതമാക്കുവാൻ അങ്ങ് ആഗ്രഹിക്കുന്നെങ്കിൽ മാനസികമായും ബൗദ്ധികമായും ശാരീരികമായും ആരോഗ്യമുള്ള ഒരു ഉണ്ണിയെ തന്ന് അനുഗ്രഹിക്കണമേ" എന്ന്.

ശിശു ആദ്യമായി ജന്മം കൊള്ളേണ്ടത് ഗർഭപാത്രത്തിലല്ല. അച്ഛന്റേയും അമ്മയുടേയും മനസ്സിലാണ്. മാതാപിതാക്കളുടെ ആഗ്രഹവും സ്വപ്നവുമായിരിക്കണം മക്കൾ. അതുകൊണ്ടാണ് ഭവഭൂതി 'ഉത്തര രാമചരിതത്തിൽ' പറയുന്നത്.

"പാരംദമ്പതിമാർക്കക-
താരിലതിസ്നേഹമുത്ഭവിക്കുമ്പോൾ,
ചേരുമൊരാനന്ദം താൻ
തീരുന്നിതപത്യമെന്ന ബന്ധമായ്".

ശരീരത്തിൽ മാത്രം മക്കൾ ജനിക്കുന്നവരുണ്ട്. ശരീരത്തിലും മനസ്സിലും ജനിക്കുന്നവരുണ്ട്. ശരീരത്തിൽ മാത്രം ജനിക്കുന്നവരെയാണ് കുപ്പത്തൊട്ടിയിൽനിന്നും റോഡരികിൽനിന്നും കിട്ടുന്നത്. അത്തരം പൈതങ്ങളാണ് അനാഥമന്ദിരങ്ങളിൽ വളരുന്നത്. ആത്മാവിൽ ജനിച്ച കുട്ടിയെ ഒരാൾക്കും ഉപേക്ഷിക്കാനാവുകയില്ല. സ്വന്തം ജീവൻ ബലികൊടുത്തും ആത്മപ്രജകളെ സംരക്ഷിക്കും.

ആത്മാവിൽ ഒന്നായ ഭാര്യാഭർത്താക്കന്മാർ ശരീരത്തിലും ഒന്നാകുന്ന നിമിഷങ്ങൾ എത്ര ധന്യവും മനോഹരവും ദിവ്യവുമാണ്. പരസ്പര അർപ്പണത്തിലൂടെ അവർ ഒന്നാകുകയാണ്. ആത്മാവിലും ശരീരത്തിലും

അലിഞ്ഞ് ചേരുകയാണ്. തന്നെത്തന്നെ മറന്ന് ഭാര്യ തന്റെ മനസ്സും ശരീരവും ഭർത്താവിന് അർപ്പിക്കുകയാണ്. ആ സ്നേഹവും അർപ്പണവും ഏറ്റുവാങ്ങി ഭർത്താവ് പൂർണ്ണമായും തന്നെത്തന്നെ ഭാര്യയ്ക്ക് അർപ്പിക്കുകയാണ്. പരസ്പര അർപ്പണത്തിന്റെ ദിവ്യമായ നിമിഷങ്ങൾ. അതുകൊണ്ടാണ് മദ്യപിച്ചതിനു ശേഷം സംയോഗത്തിൽ ഏർപ്പെടരുതെന്ന് പറയുന്നത്. തന്നെത്തന്നെ മറന്നുവേണം പങ്കാളിയിൽ അലിഞ്ഞു ചേരാൻ. വെളിവുള്ളവനേ മറക്കാനാകൂ. മദ്യപിച്ച് വരുന്നവന് എവിടെയാണ് വെളിവ്?

ഇത്ര ആഴത്തിൽ ഞാനിതൊക്കെ പങ്കുവെക്കുന്നത് മറ്റൊരു ദുഃഖസത്യം ഓർത്തിട്ടാണ്. നിങ്ങൾക്കത് സംഭവിക്കാതിരിക്കട്ടെ എന്ന് പ്രാർത്ഥിച്ചു കൊണ്ടുമാണ്. നമ്മുടെ പല വീടുകളിലും ഭാര്യഭർത്താക്കന്മാർ തമ്മിൽ നടക്കുന്നത് ഒരു തരം 'ലൈസൻസ്ഡ് റേപ്പിങ്ങാണ്'. ഭാര്യയുടെ വികാരങ്ങളെ ഒട്ടും മാനിക്കാതെ ബന്ധത്തിലേർപ്പെടുന്ന ഭർത്താക്കന്മാരുണ്ട്. അത്തരം ബന്ധങ്ങളിൽനിന്നും മക്കൾ ജന്മംകൊള്ളാറുമുണ്ട്. അപ്പോൾ അത് ഗർഭസ്ഥശിശുവിന്റെ മാനസികാരോഗ്യത്തെ ദോഷകരമായി ബാധിക്കും.

എന്റെ മനസ്സിൽ പലപ്പോഴും തോന്നിയിട്ടുള്ള തമാശയുള്ള ഒരു സത്യം നിങ്ങളുമായി പങ്കുവെയ്ക്കട്ടെ. ഇവിടെ ഏതു ജോലിക്കും എന്തെങ്കിലും ടെസ്റ്റോ ഇന്റർവ്യൂവോ വേണം. പ്യൂണാകട്ടെ, പൊലീസാകട്ടെ, ക്ലർക്കാകട്ടെ, കളക്ടറാകട്ടെ, എഞ്ചിനീയറാകട്ടെ, ഡോക്ടറാകട്ടെ എന്തിന് ഒരു തൂപ്പുകാരന്റെ ജോലിക്കു പോലും എന്തെങ്കിലും ഇന്റർവ്യൂ കാണും. ഒരു യോഗ്യതാ പരീക്ഷയ്ക്കും വിധേയമാകാതെയാണ് പലരും അച്ഛനമ്മമാർ ആകുന്നത്. മാതാപിതാക്കളാകുകയെന്നത് എത്രയോ ഉത്തരവാദിത്വം നിറഞ്ഞ ധർമ്മമാണ്. നല്ല മക്കളുണ്ടാകണമെങ്കിൽ നല്ല മാതാപിതാക്കളുണ്ടാകണം. ഉല്പാദനശേഷി ഉള്ളതുകൊണ്ടുമാത്രം മക്കൾക്ക് ജന്മം കൊടുക്കരുത്. മക്കളെ മാതൃകാപരമായി വളർത്തുവാൻ തയ്യാറല്ലെങ്കിൽ മക്കളുണ്ടാകരുത്. മൃഗങ്ങൾക്ക് മക്കളുണ്ടാകുന്നതു പോലെയല്ല മനുഷ്യർക്ക് മക്കളുണ്ടാകുന്നത്. മൃഗങ്ങൾക്ക് കുട്ടികളെ വളർത്തേണ്ട കാര്യമില്ല. അവർ താനേ വളർന്നു കൊള്ളും. മുലയുണ്ണുന്ന കാലത്തോളം കുഞ്ഞുങ്ങൾക്ക് തള്ളയെ വേണം. ഇണ ചേരുന്നതോടെ തന്തയുടെ ജോലിയും കഴിഞ്ഞു. മനുഷ്യരുടെ അവസ്ഥ അങ്ങനെയാണോ? കുട്ടികളുടെ ശാരീരിക-മാനസിക-ബൗദ്ധിക വളർച്ചയിൽ ശ്രദ്ധ പതിക്കേണ്ട കാര്യമില്ലേ? പ്രശ്നങ്ങളുമായി മക്കളെ എന്റെ അടുത്തു കൊണ്ടുവരുമ്പോൾ ഞാൻ കണ്ടിട്ടുള്ളത്, പ്രശ്നങ്ങളുടെ മൂലകാരണം മാതാപിതാക്കളാണ്. തല്ലിപ്പൊളി മാതാപിതാക്കളിൽ നിന്നും തല്ലിപ്പൊളി മക്കളെ ഉണ്ടാകൂ. 'വിത്തുഗുണം പത്തുഗുണം'.

അതുകൊണ്ട് പ്രിയപ്പെട്ടവരേ, നാളെ മക്കളുണ്ടായി കാണുവാൻ ആഗ്രഹിക്കുന്നുണ്ടെങ്കിൽ ഇന്നേ മാനസികമായി അതിനുവേണ്ടി ഒരുങ്ങുക. ഏറെ ഒരുക്കത്തിന്റെയും പ്രതീക്ഷയുടെയും ഫലമായിരിക്കണം നാളത്തെ നമ്മുടെ മക്കൾ. ■

അമ്മ കുഞ്ഞിന്റെ കണ്ണാടി

ജനനം മുതൽ ഓർമ്മവെയ്ക്കും നാൾവരെയുള്ള കാലഘട്ടത്തിലെ കുഞ്ഞുങ്ങളുടെ മാനസിക വളർച്ചയെക്കുറിച്ചാണ് നമ്മളിവിടെ ചർച്ച ചെയ്യുന്നത്. ജനിച്ചു വീഴുന്ന ഒരു കുഞ്ഞ് തന്റെ മുഖം ആദ്യമായിട്ട് കാണുന്നത് അമ്മയുടെ കണ്ണുകളിലാണ്. കിടത്തിക്കളിപ്പിക്കുമ്പോഴും എടുത്ത് കളിപ്പിക്കുമ്പോഴും കുഞ്ഞ് തന്റെ മുഖം അമ്മയുടെ കണ്ണുകളിൽ കാണുന്നു. അമ്മയുടെ സ്വരഭേദങ്ങളും ഭാവമാറ്റങ്ങളും കുഞ്ഞിന്റെ മുഖത്ത് നിഴലിക്കുന്നു. അമ്മയുടെ തഴുകലും തലോടലും കുഞ്ഞിന് ആനന്ദം പകരുന്നതോടൊപ്പം സുരക്ഷിതത്വവും നൽകുന്നു. കരയുന്ന കുഞ്ഞിന് അമ്മ അമ്മിഞ്ഞ നൽകുമ്പോൾ കുഞ്ഞിന്റെ വയറ് നിറയുന്നതോടൊപ്പം മനസ്സും നിറയുന്നു. പാലുകൊടുക്കുമ്പോൾ അമ്മയും കുഞ്ഞും ഒരേ സമയം അമൃത് നുകരുകയാണ്. അമ്മയുടെ മാറിൽ ചേർന്ന് കിടന്ന്, കൈകാൽ കുടഞ്ഞ് കളിക്കുന്ന ഒരു കുഞ്ഞിന്റെ ചിത്രത്തേക്കാൾ ചേതോഹരമായ കാഴ്ച മറ്റേതാണുള്ളത്? മുലയുണ്ണുന്ന ഉണ്ണിയും മുല യൂട്ടുന്ന അമ്മയും ഒരേ സമയം ആനന്ദനിർവൃതിയിലാറാടുന്നു. ഒരു മുല ക്കുപ്പിക്കും ഇല്ലാത്ത മൃദുലതയും മനോഹാരിതയുമാണ് അമ്മയുടെ മുലകൾക്കുള്ളത്. ഏത് പ്രസിദ്ധമായ ശിശുപോഷണാഹാരത്തിലും ഇല്ലാത്ത പോഷകാംശമാണ് അമ്മയുടെ മുലപ്പാലിലുള്ളത്. മുലയൂട്ടിന് പകരം വെയ്ക്കുവാൻ കുഞ്ഞുവായിൽ വെച്ചുകൊടുക്കുന്ന ഒരു മുല ക്കുപ്പിക്കും കഴിയുകയില്ല. മുലയൂട്ടലിന്റെ പ്രാധാന്യം ചൂണ്ടിക്കാട്ടുവാൻ ഇത്രയും പറഞ്ഞെന്നേയുള്ളൂ.

നമ്മുടെ കുഞ്ഞുങ്ങളെ നമ്മൾ വളർത്തിയെടുക്കേണ്ടത് കളിമൺ പ്രതിമകളായിട്ടല്ല, വെണ്ണക്കൽ പ്രതിമകളായിട്ടാണ്. വെൺക്കല്ലിന് കളിമണ്ണിനേക്കാൾ വിലകൂടിയതുകൊണ്ടല്ല. രണ്ടും രൂപപ്പെടുത്തിയെടുക്കുന്നതിലുള്ള വ്യത്യാസംകൊണ്ടാണ്. കളിമൺ പ്രതിമ ഉണ്ടാക്കുന്നത് ശില്പിയുടെ മനസ്സിലുള്ള സങ്കല്പത്തിനനുസരിച്ച് മണ്ണ് കുഴച്ചു വെച്ച് രൂപപ്പെടുത്തിയാണ്. ശില്പിയുടെ സങ്കല്പമാണ്, മനസ്സിലെ ചിത്രമാണ് പ്രതിമയായി പ്രത്യക്ഷപ്പെടുന്നത്. വെണ്ണക്കല്ലിൽ പ്രതിമയുണ്ടാക്കുമ്പോൾ കല്ലിൽ അന്തർലീനമായിരിക്കുന്ന ശില്പത്തെ ശില്പി പുറത്തുകൊണ്ടുവരികയാണ് ചെയ്യുന്നത്. പുതുതായി ഒന്ന് ഉണ്ടാക്കുകയല്ല. കല്ലിലുണ്ടായിരുന്ന രൂപത്തെ പുറത്തുകൊണ്ടുവരുന്നു. അത്രമാത്രം. കല്ലിൽ ഒളിഞ്ഞിരുന്ന ശില്പത്തെ ശില്പി കണ്ടുപിടിച്ച് പുറത്തുകൊണ്ടുവന്നു. ഇതുതന്നെയാണ് മക്കളുടെ രൂപീകരണത്തിൽ മാതാപിതാക്കൾ ചെയ്യേണ്ടത്. അനേകമനേകം സാധ്യതകളുടെയും സിദ്ധികളുടെയും കലവറയാണ് ഓരോ കുഞ്ഞും. ഓരോ കുഞ്ഞിലും അനേകമനേകം വാസനാവിശേഷങ്ങൾ ഒളിഞ്ഞുകിടപ്പുണ്ടാകും. തന്റെ കുഞ്ഞിൽ ഒളിഞ്ഞു കിടക്കുന്ന വാസനാവിശേഷത്തെ കണ്ടുപിടിച്ച് പോഷിപ്പിച്ചെടുക്കുവാൻ കുഞ്ഞിനെ സഹായിക്കുക എന്നതാണ് മാതാപിതാക്കളുടെ കടമ. അല്ലാതെ, മാതാപിതാക്കളുടെ സങ്കല്പത്തിനനുസരിച്ച് കുഞ്ഞുങ്ങളെ വാർത്തെടു ക്കുകയല്ല വേണ്ടത്. പിച്ചവെയ്ക്കുവാനും ഒച്ചവെയ്ക്കുവാനും തുടങ്ങുന്ന കാലം മുതലേ കുഞ്ഞുങ്ങളെ ഉറ്റു നോക്കണം. ഏതേത് കാര്യങ്ങളോട് ഏതേതു രീതിയിലാണ് അവർ പ്രതികരിക്കുന്നത്, ഏതിലൊക്കെയാണ് അവർ താല്പര്യം പ്രകടിപ്പിക്കുന്നത്, എല്ലാം നോക്കി പഠിക്കണം.

ഇന്നത്തെ കൈക്കുഞ്ഞ് നാളെ ആരുമായിത്തീരാം. നല്ലതാകാം ചീത്തയാകാം, ശിഷ്ടനാകാം ദുഷ്ടനാകാം, മാലാഖയാകാം ചെകുത്താനാകാം, വീട്ടുകാർക്കും നാട്ടുകാർക്കും വേണ്ടപ്പെട്ടവനാകാം വെറുക്കപ്പെട്ടവനാകാം, ഉത്സാഹിയാകാം, അലസനാകാം, പരോപകാരിയാകാം ഉപദ്രവകാരിയാകാം, സഹായഹസ്തമാകാം, കൊടും ചൂഷകനാകാം, മഹാത്മാവാകാം, ദുഷ്ടാത്മാവാകാം; ഏതും ആയിത്തീരുവാനുള്ള എല്ലാ സാധ്യതകളുമുണ്ട്. മൂശയിൽ ഓട് ഉരുക്കി ഒഴിക്കുമ്പോൾ മൂശയ്ക്ക് സമം രൂപപരിണാമം സംഭവിക്കുന്നു. കുഞ്ഞിനെ വളർത്തിയെടുക്കുന്നതിന് സമം സ്വഭാവപരിണാമം സംഭവിക്കും. വളരെ കരുതലോടെ കൈകാര്യം ചെയ്യേണ്ട പ്രായമാണ്.

ആദ്യനാളുകളിൽ കുഞ്ഞ് തന്നെത്തന്നെ മനസ്സിലാക്കുന്നത് മാതാപിതാക്കളുടെ കണ്ണുകളിലൂടെയാണ്, മുഖഭാവങ്ങളിലൂടെയാണ്, സ്വരഭേദങ്ങളിലൂടെയാണ്. കുഞ്ഞ് അമ്മയുടെ ഭാവങ്ങളുടെ പ്രതിഫലനമായി തീരുന്നു. അമ്മ ചിരിക്കുമ്പോൾ കുഞ്ഞ് ചിരിക്കുന്നു. അമ്മ കരയുമ്പോൾ കുഞ്ഞ് വിതുമ്പുന്നു. കുഞ്ഞിനെ കാണുമ്പോൾ അമ്മയുടെ മുഖത്ത് ഉദിക്കുന്ന ഭാവം കുഞ്ഞിന്റെ ആത്മഭാവമായിത്തീരുന്നു.

11-12 മാസമാകുന്നതോടെ കുഞ്ഞുങ്ങൾ ഓരോ വാക്ക് പറയാൻ തുടങ്ങും. അച്ഛാ, അമ്മ എന്നൊക്കെ വിളിക്കാൻ തുടങ്ങും. ഒന്നര വയസ്സാകുമ്പോൾ ശരാശരി ബുദ്ധിയുള്ള ഒരു കുട്ടി അമ്പത് വാക്ക് പറയും. രണ്ടു വയസ്സാകുമ്പോൾ കുട്ടികൾ വാക്കുകൾ കൂട്ടിപ്പറയുവാൻ തുടങ്ങും. ഉദാ:- 'മാമം വേണ്ട, പാപ്പം വേണം'. ഇത് അനുകരണത്തിന്റെ പ്രായമാണ്. കുടുംബാംഗങ്ങൾ പറയുന്നതും ചെയ്യുന്നതുമെല്ലാം അവർ അനുകരിക്കും, ആവർത്തിക്കും. പ്രതികരണ രീതികളും അവർ സ്വായത്തമാക്കുന്നത് ഈ പ്രായത്തിലാണ്. സങ്കടം, സന്തോഷം, അരിശം, ദ്വേഷ്യം, വാശി എല്ലാം ഈ പ്രായത്തിൽ പ്രകടിപ്പിക്കുവാൻ തുടങ്ങും. പ്രകടനരീതികൾ അവർ പകർത്തുന്നത് മാതാപിതാക്കളിൽ നിന്നുമാണ്. ഓരോരോ വികാരങ്ങളും പ്രകടിപ്പിക്കുവാൻ അവർ തിരഞ്ഞെടുക്കുന്ന പദങ്ങളും ചേഷ്ടകളും കുടുംബാംഗങ്ങളിൽനിന്നും പഠിക്കുന്നതാണ്. ഉദാ:- അപ്രതീക്ഷിതമായി എന്തെങ്കിലും അബദ്ധം പിണഞ്ഞാൽ പറഞ്ഞുപോകുന്ന ആശ്ചര്യ പദങ്ങൾ 'അയ്യോ', 'അമ്മേ', 'കഷ്ടം', 'കർത്താവേ', 'ദൈവമേ', 'ഭഗവാനേ', 'അള്ളാ', 'ചതിച്ചു', 'മുടിഞ്ഞു', 'നശിച്ചു' തുടങ്ങിയവയെല്ലാം മുതിർന്നവരിൽനിന്നും പകർത്തുന്നതാണ്. ചിലർ തെറിവാക്കുകളും പറഞ്ഞെന്നുവരും. അരിശവും ദ്വേഷ്യവും വരുമ്പോൾ കാണിക്കുന്ന ശരീരഭാഷയും മുതിർന്നവരിൽ നിന്നും പകർത്തുന്നതുതന്നെ. അതുകൊണ്ട് കുഞ്ഞുകുട്ടികളുടെ മുമ്പിൽവെച്ച് നാം സംസാരിക്കുന്നതും പെരുമാറുന്നതും വളരെ കരുതലോടെ വേണം. ക്യാമറയുടെ കണ്ണുകൾ ഒപ്പിയെടുക്കുന്നതിനേക്കാൾ വിദഗ്ദ്ധമായി നമ്മുടെ സംസാരപെരുമാറ്റ രീതികൾ കുഞ്ഞുങ്ങൾ ഒപ്പിയെടുക്കും. ഞാനൊരു അനുഭവകഥ പറയാം.

കാര്യം അമേരിക്കയിലാണെങ്കിലും മലയാളി കുടുംബത്തിൽ സംഭവിച്ചതാണ്. ഡാഡിയും മമ്മിയും രണ്ടു മൂന്ന് വയസ്സുള്ള മകനും. മകൻ ടി.വിയിൽ കാർട്ടൂൺ കണ്ടുകൊണ്ടിരിക്കുകയായിരുന്നു. അവർക്ക് ഒരു നല്ല മലയാളം സിനിമയുടെ സി.ഡി. കിട്ടിയിരുന്നു. "നമുക്കൊരു മലയാളം സിനിമ കാണാ"മെന്ന് പറഞ്ഞുകൊണ്ട് ഡാഡി ടി.വി. ചാനൽ മാറ്റി. കാർട്ടൂൺ പോയതോടെ കുഞ്ഞ് പല്ല് ഞെരിച്ച് വളരെ അരിശത്തിൽ ഡാഡിയെ ഒരു വലിയ തെറിവിളിച്ചു. അതുകേട്ട് ചമ്മലോടെ അവന്റെ ഡാഡി എന്നോട് പറഞ്ഞു: "ടി.വി.യിൽ നിന്നും കേട്ട് പഠിച്ചതാവും അച്ചാ." ഞാൻ ചിരിച്ചുകൊണ്ടു പറഞ്ഞു : "അമേരിക്കൻ ടി.വി.യിൽ മലയാളം തെറിയോ?" അവന്റെ ഡാഡിയുടെ സംസാരരീതി എനിക്ക് നന്നായിട്ടറിയാമായിരുന്നു.

കുട്ടികളുടെ ആദ്യവയസ്സുകളിലാണ് അവരുടെ ആത്മബോധം വളർന്നുവരുന്നത്. അവരാരാണെന്നും അവരെന്താണെന്നും അറിയാതെ തന്നെ അറിഞ്ഞുവരുന്ന പ്രായം. ആ നാളുകളിൽ കുഞ്ഞുങ്ങളെ മാതാപിതാക്കൾ സംബോധന ചെയ്യുന്ന രീതിയിലും അവരെപ്പറ്റി പറയുന്ന അഭിപ്രായങ്ങളും കുട്ടികളെ ഗുണകരമായോ ദോഷകരമായോ

സ്വാധീനിക്കും. 'മിടുക്കി', 'മിടുക്കൻ', 'നന്നായി കുട്ടാ', 'നന്നായി മോളെ' ഇങ്ങനെയുള്ള വാക്കുകൾ മാതാപിതാക്കളിൽനിന്നും കേൾക്കുമ്പോൾ കുഞ്ഞുങ്ങൾക്ക് സന്തോഷമാകും. മറിച്ച്, 'ജന്തു', 'കഴുത', 'നാശം പിടിച്ച സാധനം' തുടങ്ങിയ പദപ്രയോഗങ്ങൾ കുട്ടിയെ നശിപ്പിക്കും.

കുസൃതികളും കുറുമ്പുകളും നിറഞ്ഞതാണ് കുട്ടിക്കാലം. കൈയ്യെത്തി പിടിക്കാവുന്നതെല്ലാം കൈക്കലാക്കാൻ ശ്രമിക്കുന്ന പ്രായം. എല്ലാം എത്തിപ്പിടിച്ചെടുക്കുവാനും എല്ലായിടത്തും ഏന്തിവലിഞ്ഞ് കയറാനും ശ്രമിക്കുന്ന പ്രായം. ചിട്ടയോടെ ചെയ്യാൻ അറിയില്ലെങ്കിലും എല്ലാം സ്വയം ചെയ്യണമെന്ന് വാശിപിടിക്കുന്ന പ്രായം. സ്വയമായി കുളിക്കണം, സ്വന്തം കൈകളിൽ കപ്പും കയ്ലും കിട്ടണം, സ്വയമായി വാരിത്തിന്നണം. മാതാപിതാക്കളുടെ ശ്രദ്ധയും ക്ഷമയും ഏറ്റവും കൂടുതൽ ആവശ്യമായ പ്രായമാണ്. നൂറു നൂറു കാര്യങ്ങൾ ചെയ്ത് തീർക്കാനുള്ള കൂട്ടത്തിൽ കുഞ്ഞുങ്ങളുടെ താളത്തിനൊത്ത് നിൽക്കുവാൻ മാതാപിതാക്കൾക്ക് സമയമുണ്ടായെന്ന് വരുകയില്ല. മാതാപിതാക്കളുടെ ക്ഷമ പരിശോധിക്കുന്ന കാലമാണത്. എങ്കിലും ക്ഷമയോടെ നിന്നേ പറ്റൂ. അവർ സ്വയം പര്യാപ്തതയിലേക്ക് നീങ്ങുന്ന കാലമാണത്. വീഴ്ചകളുണ്ടാകാം, അപകടങ്ങളുണ്ടാകാം. അതുകൊണ്ട് കൂടെ നിൽക്കണം. വീണു വീണാണല്ലോ കുട്ടികൾ നടക്കുവാൻ പഠിക്കുന്നത്. അവരുടെ കൈയ്യിൽ പിടിക്കുന്നതുപോലും അവർക്കിഷ്ടമായെന്ന് വരില്ല. അച്ഛന്റെയും അമ്മയുടെയും കൈയ്യിൽനിന്ന് കുതറി ഓടും. പിടിച്ചു നിർത്താതെ അവരോടൊപ്പം നമ്മളും നീങ്ങേണ്ടിവരും. അപ്പോൾ അമിത നിയന്ത്രണം ചെലുത്തിയാൽ അവരുടെ സ്വാഭാവിക വളർച്ചയെ അത് ദോഷമായി ബാധിച്ചെന്ന് വരും. അവരുദ്ദേശിക്കുന്ന രീതിയിൽ കാര്യങ്ങൾ നടത്തിക്കിട്ടാൻ വാശിപിടിക്കും. തിരിച്ചറിവിലേക്ക് പ്രവേശിക്കാത്ത പ്രായമായതുകൊണ്ട് തിരുത്തലുകൾ എളുപ്പമല്ല. പറഞ്ഞാൽ മനസ്സിലാക്കാവുന്ന പ്രായം വരെ അവരുടെ കുസൃതികളോട് ചേർന്ന് കൂടെ നില്ക്കാം.

കുഞ്ഞുങ്ങളുടെ മനസ്സ് ശുദ്ധമാണ്, ശുഭ്രമാണ്, പവിത്രമാണ്, പാപക്കറ പുരളാത്തതാണ്, നിർമ്മലമാണ്, നിഷ്ക്കളങ്കമാണ്. അരുതായ്മകളെക്കുറിച്ച് അറിയാത്ത മനസ്സാണ്. ഇളംതെന്നലിന് പോലും ഇളകാവുന്നത്ര ലോലമാണ്. ലോലമായതുകൊണ്ടുതന്നെ വളരെ സൂക്ഷിച്ച് കൈകാര്യം ചെയ്യേണ്ടതാണ്. നന്മയായാലും തിന്മയായാലും പെട്ടെന്ന് അതിൽ പതിയും.

> "ഇളതാം ചിത്തവും വെള്ളക്കടലാസും സമമാം
> പതിയും രണ്ടിലും നന്നായി എഴുതുന്നവയൊക്കെയും."

അതുകൊണ്ട് ആരംഭത്തിൽതന്നെ അതിൽ നല്ലത് മാത്രമേ എഴുതാവൂ. നല്ല ചിത്രങ്ങളേ വരയ്ക്കാവൂ. ഇളം കുഞ്ഞുങ്ങളുടെ മനസ്സ് തെളിനീര് നിറച്ച സ്ഫടികപാത്രമാണ്. സൂക്ഷിച്ചുനോക്കിയാൽ അതിൽ മഴവില്ല് വിടരുന്നത് കാണാം. നമ്മുടെ ഉണ്ണിമാരെ സൂക്ഷ്മതയോടെ

വളർത്താം. വീട്ടിൽ സമ്പത്തുണ്ടായതുകൊണ്ടോ, സൗകര്യങ്ങൾ ഉണ്ടായതുകൊണ്ടോ, മാതാപിതാക്കൾ സമ്പന്നരായതുകൊണ്ടോ, ഉദ്യോഗസ്ഥരായതുകൊണ്ടോ കുഞ്ഞുങ്ങൾ നല്ലവരായി വളരണമെന്നില്ല. അവരുടെ മുഖത്ത് മഴവില്ല് വിടരണമെന്നില്ല. ഉണ്ണിമാരോടൊത്ത് ചിരിക്കാനും കളിക്കാനും നേരമുണ്ടാകണം. നമ്മൾ ചിരിക്കുമ്പോൾ ഉണ്ണികളും ചിരിക്കും. നമ്മൾ കളിപ്പിക്കുമ്പോൾ അവരും കളിക്കും. നമ്മുടെ കൈകളിൽ കുഞ്ഞുങ്ങൾ കളിച്ചും ചിരിച്ചും വളരട്ടെ, വിടരട്ടെ, വികസിക്കട്ടെ.

ഒരാളുടെ മസ്തിഷ്ക വളർച്ച എഴുപത്തിയഞ്ച് ശതമാനവും അമ്മയുടെ ഗർഭപാത്രത്തിൽവെച്ച് സംഭവിക്കും. ശേഷമുള്ള വളർച്ച അധികവും സംഭവിക്കുന്നത് ജനിച്ചതിന് ശേഷമുള്ള ആദ്യവർഷങ്ങളിലാണ്. 6 വയസ്സോടെ മസ്തിഷ്ക കോശങ്ങളുടെ വിഭജനവും വികാസവും അവസാനിക്കും. പിന്നെ കുട്ടിയുടെ ബുദ്ധി വികസിക്കുകയില്ല. ബുദ്ധിക്കനുസരിച്ച് അറിവേ വികസിക്കുകയുള്ളൂ. ഗ്രഹണശേഷിക്ക് അനുസരിച്ചേ അറിവ് ആർജ്ജിക്കാനാകൂ. ചില കുട്ടികൾക്ക് അദ്ധ്യാപകൻ ഒരുവട്ടം പറഞ്ഞാൽ മതി, മനസ്സിലാകും. ചിലരോട് രണ്ടുവട്ടം പറഞ്ഞാലേ മനസ്സിലാകൂ. ചിലരോട് മൂന്നാം വട്ടം പറഞ്ഞാലും മനസ്സിലാകുകയില്ല. അത്രയേ ഗ്രഹണശേഷിയുള്ളൂ, ബുദ്ധിശേഷിയുള്ളൂ എന്നർത്ഥം. അതുകൊണ്ട് ബുദ്ധിശേഷി വികസിക്കുന്ന ആദ്യ വയസ്സുകളിൽ കുഞ്ഞുങ്ങളോടൊത്ത് അധികം സമയം ചെലവഴിക്കണം. കാണാനും കേൾക്കാനും ഗ്രഹിക്കാനും ഉതകുന്ന കളിപ്പാട്ടങ്ങൾ വാങ്ങിച്ചുകൊടുത്ത് അവരോടൊത്തിരുന്ന് കളിക്കണം.

കുഞ്ഞുപ്രായത്തിലേ ദൈവത്തെക്കുറിച്ച് പറഞ്ഞുകൊടുക്കണം. ചെറിയ ചെറിയ പ്രാർത്ഥനകളും ജപങ്ങളും ഉരുവിട്ട് കൊടുക്കണം. പ്രാർത്ഥിക്കുവാൻ പഠിപ്പിക്കണം. ദൈവചിന്തയിൽ മക്കളെ വളർത്തിയാൽ അവരെക്കുറിച്ച് ഭാവിയിൽ ദുഃഖിക്കേണ്ടിവരുകയില്ല. ബുദ്ധിയും വിദ്യാഭ്യാസവും ഇല്ലാത്തവരല്ല, ഈ ലോകം നശിപ്പിക്കുന്നത്, ഉള്ളവരാണ്. ദൈവ ചിന്തയില്ലാത്തവർ. ദൈവവിശ്വാസമുള്ള, നല്ല സ്വഭാവമുള്ള, നല്ല മക്കളായി നമുക്ക് കുഞ്ഞുങ്ങളെ വളർത്താം.

ഒരിക്കൽകൂടി ഓർമ്മിപ്പിക്കട്ടെ, മാതാപിതാക്കളാണ് മക്കളുടെ കണ്ണാടി. മാതാപിതാക്കളുടെ കണ്ണുകളിലൂടെയാണ് അവർ അവരെ കാണുന്നത്. മാതാപിതാക്കളുടെ വാക്കുകളിലൂടെയാണ് അവർ അവരെത്തന്നെ മനസ്സിലാക്കുന്നത്. മാതാപിതാക്കളാണ് മക്കളുടെ മാതൃക.

■

ശിക്ഷയല്ല ആവശ്യം, ശിക്ഷണമാണ്

മൂന്നു വയസ്സുമുതൽ ഒരുവിധം എല്ലാവരും ഓർമ്മയുടെ ചെപ്പ് ഉപയോഗിക്കുവാൻ തുടങ്ങുന്നു. ഓർമ്മയുടെ ചെപ്പിൽ കാര്യങ്ങൾ ഒതുക്കി വെയ്ക്കാനും അവസരത്തിനൊത്ത് എടുത്തുപയോഗിക്കുവാനും തുടങ്ങുന്നു. ആദ്യ ഓർമ്മകൾ മധുരതരമാണെങ്കിൽ പ്രായമായാലും അതോർത്ത് നുണയുവാനും മറ്റുള്ളവരുമായി പങ്കുവെയ്ക്കുവാനും നമുക്കിഷ്ടമാണ്. ചീത്തയാണെങ്കിൽ ഉമിത്തീപോലെ അതെപ്പോഴും മനസ്സിൽ നീറിക്കൊണ്ടിരിക്കും. അതുകൊണ്ട് ഓർമ്മവെയ്ക്കുന്ന നാളുകളിൽ, കുഞ്ഞുമനസ്സുകളിൽ മധുരിക്കുന്ന ഓർമ്മകൾ ഇട്ടുകൊടുക്കുവാൻ കഴിയണം.

കളിച്ചുവളരുന്ന കുട്ടികളോടൊത്ത് കളിക്കണം. അവർക്ക് നല്ല നല്ല കഥകൾ പറഞ്ഞു കൊടുക്കണം. ഒരിക്കലും പേടി വളർത്തുന്ന കഥകൾ പറഞ്ഞു കൊടുക്കരുത്. ചിലപ്പോൾ അത്തരം പേടികൾ മുതിർന്നാലും മനസ്സിൽനിന്ന് മാഞ്ഞെന്ന് വരുകയില്ല. കാര്യങ്ങൾ പെട്ടെന്ന് സാധിച്ച് കിട്ടുവാൻ വേണ്ടി (ഉദാ:- എളുപ്പം ചോറുണ്ണുവാൻ) ഇരുട്ടത്തേക്ക് ചൂണ്ടിക്കാട്ടി "ദേ, അവിടെ കോക്കാനുണ്ട്. ചോറുണ്ടില്ലെങ്കിൽ ഉണ്ണിയെ പിടിക്കു"മെന്നൊന്നും പറയരുത്. കുഞ്ഞിന് പിന്നീട് ഇരുട്ടത്ത് പോകാൻ പേടിവരും. ഒടിയന്റെയും പ്രേതത്തിന്റെയും ഭൂതത്തിന്റെയുമൊക്കെ കഥകൾ പറഞ്ഞ് കുഞ്ഞുമനസ്സുകളിൽ ഭയം കുത്തിവെയ്ക്കരുത്. യക്ഷിയുടെയും ചെകുത്താന്റെയുമൊക്കെ ചിത്രീകരണമുള്ള സിനിമകളും സീരിയലുകളും കുഞ്ഞുങ്ങളെ കാണിക്കരുത്. സത്യമേത്, മിഥ്യയേത് എന്ന് തിരിച്ചറിയുവാൻ കഴിയാത്ത ആ പ്രായത്തിൽ കാണുന്നതെല്ലാം സത്യമെന്ന് വിശ്വസിച്ചാലോ? മുതിർന്നാലും ആ ധാരണകൾ അവരുടെ മനസ്സിനെ വേട്ടയാടാൻ തുടങ്ങും.

ഇതുപോലെത്തന്നെ അന്ധവിശ്വാസങ്ങളും അനാചാരങ്ങളും മനസ്സിൽ വേരുപിടിക്കുന്നതും ഈ പ്രായത്തിലാണ്. ഈ വിഷയത്തിൽ കുടുംബപശ്ചാത്തലത്തിന് കാര്യമായ പങ്കുണ്ട്. എത്ര വളർന്ന് വലുതായാലും എത്ര വിദ്യാസമ്പന്നരായാലും ഇളംപ്രായത്തിൽ വേരൂന്നിയ

ധാരണകൾ ഇളക്കിമാറ്റാനാകുകയില്ല. അതുകൊണ്ട് ബുദ്ധിക്ക് നിരക്കാത്ത, യുക്തിരഹിതങ്ങളായ കാര്യങ്ങൾ കുട്ടികളുടെ മനസ്സിൽ കുത്തിവെയ്ക്കരുത്. മതാചാരങ്ങളുടെ പേരുപറഞ്ഞായാലും നാട്ടുനടപ്പിന്റെ പേരിലായാലും അന്ധവിശ്വാസങ്ങൾ കുട്ടികൾക്ക് പകർന്നു കൊടുക്കരുത്. അസുഖങ്ങളോ ആപത്തോ സംഭവിക്കുമ്പോൾ ദൈവശാപമോ ദൈവകോപമോ ആണെന്ന് കുട്ടികളോട് പറയരുത്. സ്നേഹനിധിയായ ദൈവം മനുഷ്യരെ ശിക്ഷിക്കുവാനോ നശിപ്പിക്കുവാനോ ഇരിക്കുന്നവനല്ല. നേർച്ചക്കാഴ്ചകളും വഴിപാടുകളും നടത്തി ദൈവകോപത്തിൽനിന്നും രക്ഷപ്പെടാമെന്നും ഉദ്ദിഷ്ടകാര്യങ്ങൾ നേടിയെടുക്കാമെന്നും കുഞ്ഞുങ്ങളെ പഠിപ്പിക്കരുത്. കൈക്കൂലി വാങ്ങിച്ച് കാര്യം നടത്തിത്തരുന്ന ഒരു ഗവൺമെന്റ് ഉദ്യോഗസ്ഥന്റെ അവസ്ഥയിലേക്ക് ഈശ്വരനെ തരംതാഴ്ത്തി തെറ്റായ ദൈവസങ്കല്പം കുട്ടികളിൽ വളർത്തിയെടുക്കരുത്.

പരമ്പരാഗതമായി പറഞ്ഞുവരുന്ന അർത്ഥരഹിതമായ നിമിത്തങ്ങളുടെയും ലക്ഷണങ്ങളുടെയും കഥകൾ കുഞ്ഞുമനസ്സുകളിൽ കുത്തിവെയ്ക്കരുത്. യാത്രയ്ക്കിറങ്ങുമ്പോൾ ആനയുടെ പുറകുവശം കണ്ടാൽ ശുഭലക്ഷണമാണെന്നും അലക്കുകാരിയെ കണ്ടാൽ അശുഭലക്ഷണമാണെന്നും പറയരുത്. കറുത്തപൂച്ച വട്ടമെടുത്ത് ചാടിയാൽ അപകടം പിണയുമെന്ന് പഠിപ്പിക്കരുത്. അസത്യം പറയുന്നതിനിടയിലായാലും പല്ലി ചിലച്ചാൽ അത് സത്യമാകുമോ? തിങ്കളാഴ്ച നല്ല ദിവസമാണെന്നും ചൊവ്വാഴ്ച പൊട്ടദിവസമാണെന്നും പറയുന്നതിൽ എന്താണ് ശാസ്ത്രീയത? ശാസ്ത്രീയബോധത്തിൽ അടിയുറച്ച ദൈവവിശ്വാസമുള്ള മക്കളെ വേണം വളർത്തിയെടുക്കുവാൻ.

തിരിച്ചറിവ് വരുന്നതുവരെ അവരുടെ കൊച്ചുകൊച്ചു കുസൃതികൾക്കൊപ്പം നിന്ന മാതാപിതാക്കൾക്ക് മൂന്നുവയസ്സാകുന്നതോടെ അവരുടെ മേൽ കൊച്ചു കൊച്ചു നിയന്ത്രണങ്ങൾ ചെലുത്തേണ്ടിവരും. ഇത് ശിക്ഷണത്തിന്റെ പ്രായമാണ്, പരിശീലനത്തിന്റെ പ്രായമാണ്. വാർന്നുവീഴുന്ന പടവലങ്ങയിൽ ചെറുകല്ല് കെട്ടി നേരെയാക്കുമ്പോലെ നിർദ്ദേശങ്ങൾ നൽകി, നിയന്ത്രണങ്ങൾ ചെലുത്തി നേരെയാക്കേണ്ട പ്രായം. കുട്ടികൾ അങ്ങനെ വെറുതെ വളർന്നാൽ പോര, വളർത്തിയെടുക്കണം. എന്താണ് ശരി, ഏതാണ് തെറ്റ് എന്ന് സ്വയം തീരുമാനിക്കാൻ കഴിയാത്ത പ്രായമാണ്. ശരികൾ പറഞ്ഞുകൊടുക്കുകയും തെറ്റുകൾ തിരുത്തിക്കൊടുക്കുകയും ചെയ്യണം. തെറ്റുകൾ ചെയ്യുമ്പോൾ ശാസിക്കണം. ശാസനയിലൂടെ ശിക്ഷണം നൽകണം. ശിക്ഷ വേണമെന്നില്ല. ശാസിക്കേണ്ട സമയത്ത് ശാസിച്ചില്ലെങ്കിൽ, ശിക്ഷണം നൽകിയില്ലെങ്കിൽ പിന്നീട് ദുഃഖിക്കേണ്ടി വരും. പക്ഷേ ഓർക്കണം, സ്നേഹിക്കുന്ന മാതാപിതാക്കൾക്കേ ശാസിക്കാനും തിരുത്താനുമുള്ള അവകാശമുള്ളൂ. കുട്ടികളെ ശാസിക്കുന്നത് ബാങ്കിൽനിന്നും പണം പിൻവലിക്കുന്നതുപോലെയാണ്. രണ്ടു ലക്ഷം നിക്ഷേപമുള്ളവന് ഒരു ലക്ഷത്തിന്

ചെക്കെഴുതാം. പണം കിട്ടും. മൂന്ന് ലക്ഷത്തിന് ചെക്കെഴുതിയാൽ വണ്ടി ചെക്കാകും. ചെക്ക് തിരിച്ചുവരും. മക്കളിൽ സ്നേഹം വാരിച്ചൊരിഞ്ഞിട്ടുണ്ടെങ്കിൽ, അവർക്കു വേണ്ടിയാണ് മാതാപിതാക്കൾ ജീവിക്കുന്നതെന്ന് അവർക്ക് ബോധ്യമുണ്ടെങ്കിൽ ശാസിക്കാം. അവരതനുസരിക്കും. സ്നേഹം കൊടുക്കുന്നതിനുപകരം പണം കൊടുത്തതുകൊണ്ട് പ്രയോജനമില്ല. സ്നേഹത്തിന് പകരം നിൽക്കാൻ പണത്തിനോ വിലപിടിച്ച സമ്മാനങ്ങൾക്കോ സാധിക്കയില്ല. അതവരെ നശിപ്പിക്കുകയേ ഉള്ളൂ.

കുട്ടികൾ ആവശ്യപ്പെടുന്നതല്ല അവർക്ക് വാങ്ങിച്ചു കൊടുക്കേണ്ടത്. അവർക്ക് ആവശ്യമുള്ളതാണ് വാങ്ങിച്ചുകൊടുക്കേണ്ടത്. വിവേകമോ വിവേചനബുദ്ധിയോ ഇല്ലാത്ത പ്രായത്തിൽ അവർ പലതും ആവശ്യപ്പെട്ടെന്ന് വരും. വിവേകമുള്ള മാതാപിതാക്കളാണ് അവരുടെ പ്രായവും ആവശ്യവുമനുസരിച്ച് എന്തൊക്കെ വേണം, വേണ്ടയെന്ന് നിശ്ചയിക്കേണ്ടത്. ഒന്നോ രണ്ടോ അല്ലേയുള്ളൂ, അവർക്ക് ഒരു കുറവും വരരുതെന്ന ധാരണയിൽ അവർ ചോദിക്കുന്നതെല്ലാം വാങ്ങിച്ചു കൊടുക്കരുത്.

മക്കളൊരിക്കലും മാതാപിതാക്കളുടെ ബലഹീനത ആകരുത്. അങ്ങനെവന്നാൽ അവർ ഭീഷണി മുഴക്കി കാര്യങ്ങൾ സ്വന്തം നിലയ്ക്ക് നേടിയെടുക്കും. മുതിർന്നാലും ഭീഷണിയുടെ മുൾമുനയിൽ നിർത്തി കാര്യങ്ങൾ സാധിച്ചെടുക്കും. ഭീഷണി അവരുടെ ശൈലിയായി മാറും. അച്ഛനും അമ്മയും എനിക്ക് ആവശ്യമുള്ളത് വാങ്ങിച്ചുതരും. അവർ എനിക്കു വേണ്ടിയാണ് ജീവിക്കുന്നത്. അല്ലാതെ, വാശിയെടുത്തതുകൊണ്ടു മാത്രം കാര്യങ്ങൾ സാധിച്ചുകിട്ടുമെന്ന ധാരണ കുഞ്ഞുനാളിലേ അവർക്ക് കൊടുക്കരുത്.

'നമ്മുടെ കുട്ടിക്കാലത്ത് നമ്മുടെ പല മോഹങ്ങളും നിറവേറിയിട്ടില്ല. നമ്മുടെ മക്കൾക്കെങ്കിലും ഒരു കുറവുമുണ്ടാകരുത്.' മാതാപിതാക്കളുടെ ഈ ചിന്തയാണ് മക്കളുടെ വാശിക്കു വിധേയരാകുവാൻ കാരണമാകുന്നത്. നമ്മൾ വരമ്പത്തായാലും വേണ്ടില്ല മക്കളൊക്കെ കൊമ്പത്താകണമെന്ന മാതാപിതാക്കളുടെ വിചാരം മക്കൾക്ക് വഴിവിട്ടും കാര്യങ്ങൾ ചെയ്തു കൊടുക്കുവാൻ പ്രേരിപ്പിക്കുന്നു. അതുപോലെതന്നെ മാതാപിതാക്കളുടെ കഷ്ടപ്പാടുകളും ബുദ്ധിമുട്ടുകളും മക്കളിൽനിന്നും മറച്ചുവെയ്ക്കുന്നു. അത് ശരിയല്ല. മാതാപിതാക്കളുടെ കഷ്ടപ്പാടുകളും ദുരിതങ്ങളും അറിഞ്ഞ് വേണം മക്കൾ വളരുവാൻ. അല്ലെങ്കിൽ നാളെ മാതാപിതാക്കളോട് അവർക്ക് നന്ദിയുണ്ടാവുകയില്ല. മാത്രമല്ല, പണമുപയോഗിക്കുന്നതിൽ അവർക്ക് സൂക്ഷവും നിയന്ത്രണവുമുണ്ടാകുകയില്ല.

കുട്ടികൾക്ക് സാധനങ്ങൾ വാങ്ങിച്ചുകൊടുക്കുന്നതിലും അവരെ തിരുത്തിക്കൊടുക്കുന്നതിലും മാതാപിതാക്കൾക്ക് പരസ്പര ധാരണയുണ്ടായിരിക്കണം. ഇല്ലെങ്കിൽ കുട്ടികൾക്ക് സന്ദേഹം ഉണ്ടാകുകയും അവർക്ക് തെറ്റായ സന്ദേശം കിട്ടുകയും ചെയ്യും. അമ്മ അരുതെന്ന്

പറയുന്ന കാര്യം അച്ഛൻ അനുവദിച്ചാലോ? അതുപോലെതന്നെ അച്ഛനറുതെന്ന് പറയുന്ന കാര്യം അമ്മ അനുവദിച്ചാലോ? കുട്ടികൾ ചിലപ്പോൾ അച്ഛൻ നിഷേധിച്ച കാര്യങ്ങൾ സാധിച്ചെടുക്കാനായി അമ്മയെ സമീപിച്ചെന്ന് വരും. മറിച്ചും. അതുകൊണ്ട് അച്ഛനും അമ്മയും പരസ്പര ധാരണയോടെ വേണം അനുവദിക്കാനും നിഷേധിക്കാനും. പരസ്പര സ്നേഹവും ധാരണയുമില്ലാത്ത മാതാപിതാക്കളെ ഭിന്നിപ്പിച്ച് മക്കൾ കാര്യങ്ങൾ നേടിയെടുത്തെന്നുവരും. മക്കളെ തങ്ങളോട് ചേർത്ത് നിർത്തുവാനായി അമ്മ നിഷേധിച്ച കാര്യങ്ങൾ അച്ഛനും അച്ഛൻ നിഷേധിച്ച കാര്യങ്ങൾ അമ്മയും ചെയ്തുകൊടുക്കും. ഇത് വലിയ അപകടം വരുത്തിവെക്കും. തൽക്കാലം മക്കളുടെ സ്നേഹം പിടിച്ചുപറ്റാനായെങ്കിലും മക്കൾ നശിക്കുകയും അവർക്ക് മാതാപിതാക്കളോട് ബഹുമാനം ഇല്ലാതാകുകയും ചെയ്യും.

ഇതുപോലെത്തന്നെ, കൂട്ടുകുടുംബങ്ങളിൽ അച്ചാച്ചന്മാരുടെയും അമ്മൂമമാരുടെയും ഇടപെടലുകളും കുട്ടികളിൽ സന്ദേഹങ്ങൾ സൃഷ്ടിക്കാറുണ്ട്. മാതാപിതാക്കളും അവരുടെ മാതാപിതാക്കളും രണ്ട് തലമുറയിൽപെട്ടവരായിരിക്കും. കുട്ടികളുടെ രൂപീകരണത്തെക്കുറിച്ച് ഇരുകൂട്ടർക്കും വ്യത്യസ്തമായ കാഴ്ചപ്പാടുകളായിരിക്കും ഉണ്ടായിരിക്കുക. അതുകൊണ്ട് കൊച്ചു മക്കളുടെ രൂപീകരണത്തിൽ പൂർണ്ണ ഉത്തരവാദിത്വം മക്കൾക്ക് വിട്ടുകൊടുക്കുന്നതാണ് കൂടുതൽ അഭികാമ്യം. കൊച്ചുമക്കളെ വളർത്തുന്നതിൽ അപാകത സംഭവിക്കുന്നുണ്ടെങ്കിൽ മക്കളെ തിരുത്തുക. നേരിട്ട് കൊച്ചുമക്കളുടെ കാര്യത്തിൽ ഇടപെടാതിരിക്കുക. രണ്ട് തലമുറക്കാരുടെയും കാഴ്ചപ്പാടുകൾ തമ്മിൽ വളരെ വ്യത്യാസമുണ്ട്. ഒരുപക്ഷേ കൊച്ചുമക്കൾ നശിച്ചുപോകുന്നുവെന്ന ആത്മാർത്ഥമായ വേദന അച്ചാച്ചന്മാർക്കും അമ്മൂമമാർക്കും ഉണ്ടായേക്കാം. പക്ഷേ, അനാവശ്യമായ ഇടപെടലുകൾ കുടുംബത്തിൽ കൂടുതൽ സംഘർഷം സൃഷ്ടിക്കുകയേ ഉള്ളൂ. കുട്ടികളുടെ രൂപീകരണത്തിൽ മുതിർന്നവരെല്ലാം കഴിവതും ഒരേ ധാരണയോടെ മുന്നേറുകയാണ് നല്ലത്.

മൂന്ന് നാല് വയസ്സുകളിലുള്ള കുട്ടികളുടെ സംസാരവും പെരുമാറ്റവും മുതിർന്നവരെ വിസ്മയിപ്പിക്കുന്നവയാണ്, അമ്പരപ്പിക്കുന്നവയാണ്. വളരെ പെട്ടെന്നാണ് അവർ കാര്യങ്ങൾ പഠിച്ചെടുക്കുന്നതും പുനഃപ്രകാശിപ്പിക്കുന്നതും. ഈ പ്രായത്തിൽ അവരെ ഏറെ പ്രോത്സാഹിപ്പിക്കണം. അവരെ മാതാപിതാക്കൾ ആസ്വദിക്കുന്നതായി അവർക്ക് തോന്നണം. 'മിടുക്കി', 'മിടുക്കൻ' എന്നുപറഞ്ഞ് പ്രോത്സാഹിപ്പിക്കുമ്പോൾ അവരുടെ ആത്മാവിൽ ആനന്ദം തിരതല്ലും. കൂടുതൽ കൂടുതൽ മിടുക്കോടെ കാര്യങ്ങൾ ചെയ്യുവാൻ അവർക്ക് പ്രോത്സാഹനമാകും. ആദ്യമായി ചെയ്യുമ്പോൾ അപകാതകൾ സംഭവിച്ചാലും വീണ്ടും വീണ്ടും ശ്രമിക്കുവാൻ ധൈര്യം കൊടുക്കുക, പ്രോത്സാഹിപ്പിക്കുക. ഭാവിയിൽ പരാജയങ്ങളെ നേരിടാൻ അവർക്കത് തുണയേകും.

നല്ല മാതാപിതാക്കളാകുവാൻ

ഈ പ്രായത്തിൽ അവർ ചോദ്യങ്ങൾ ചോദിച്ചുകൊണ്ടേയിരിക്കും. എന്തിനെക്കുറിച്ചും ഏതിനെക്കുറിച്ചും അവർക്കറിയണം. ചോദ്യങ്ങൾക്ക് ഉത്തരം നൽകി അവരുടെ ജിജ്ഞാസയെ തട്ടിയുണർത്തുന്നതിനു പകരം 'അമ്മയ്ക്ക് നേരമില്ല', 'അമ്മയ്ക്ക് അറിയില്ല', 'അതിപ്പോൾ നീ അറിയണ്ട', 'നിനക്കത് അറിയേണ്ട പ്രായമായിട്ടില്ല', 'ഇവന്റെ / ഇവളുടെ ഓരോ ചോദ്യങ്ങൾ കേട്ടില്ലേ' എന്നൊക്കെ പറഞ്ഞ് ഒഴിഞ്ഞു മാറരുത്. ചിലപ്പോൾ നാം ഒഴിഞ്ഞ് മാറുന്നത് വേണ്ടപോല പറഞ്ഞുകൊടു ക്കുവാൻ നമുക്ക് അറിയാത്തതുകൊണ്ടാണ്. പ്രായത്തിനനുസരിച്ച് കാര്യങ്ങൾ പറഞ്ഞുകൊടുക്കുവാനുള്ള വൈഭവം മാതാപിതാക്കൾ ക്കുണ്ടാകണം. മാതാപിതാക്കൾക്ക് ക്ലാസെടുക്കുവാൻ പോകുന്ന വേളകളിൽ ഈ പ്രയാസം മാതാപിതാക്കൾ പ്രകടിപ്പിച്ചുകണ്ടിട്ടുണ്ട്. "അവർ ലൈംഗിക കാര്യങ്ങളെക്കുറിച്ചു ചോദിക്കുമ്പോൾ നാം എങ്ങനെയാണ് ഉത്തരം പറയേണ്ടത്?" ഞാൻ പറഞ്ഞു: അത് ചോദി ക്കുന്ന കുട്ടിയുടെ പ്രായമനുസരിച്ചായിരിക്കണം. ഏതായാലും അബദ്ധ ങ്ങളും അസത്യങ്ങളും പറഞ്ഞു കൊടുക്കരുത്. പ്രത്യേകിച്ചും ലൈംഗിക വിഷയങ്ങളിലാണ് അബദ്ധം കാണിക്കാറുള്ളത്. കുട്ടിക്കാലം മുതലേ പാപചിന്ത, ചീത്ത ഭാവമാണ് കുട്ടികളിൽ കുത്തിവെയ്ക്കാറുള്ളത്. 'അയ്യേ', 'അപ്പി', 'ചപ്പട്ട', രീതിയിലാണ് സംസാരിക്കാറുള്ളത്. മറ്റെല്ലാ അവയവങ്ങളെപ്പോലെ ലൈംഗിക അവയവങ്ങളും ദൈവത്തിന്റെ ദാനമാണെന്ന് പറഞ്ഞു കൊടുക്കണം.

ഈ പ്രായത്ത് ക്രിയാത്മകമായ, സൃഷ്ടിപരമായ മനോഭാവം കുട്ടികളിൽ സൃഷ്ടിച്ചെടുക്കണം. പണ്ടായിരുന്നെങ്കിൽ കുട്ടിപ്പുര വെച്ചുകെട്ടാനും ചിരട്ടപ്പമുണ്ടാക്കാനും അച്ഛനും അമ്മയുമായി കളിക്കാനുള്ള പ്രായമാണ്. ഇക്കാലത്ത് അവരുടെ കളിമുഴുവൻ മൊബൈലിലാണ്. മൊബൈലിൽ തന്നെ അവരുടെ സൃഷ്ടിപരമായ കഴിവുകൾ വികസിപ്പിക്കുവാനുള്ള കളികളുണ്ട്. അതുവേണം അവരെ പഠിപ്പിക്കുവാൻ. വെറുതെ കണ്ടാസ്വദിക്കുന്ന കളികളേക്കാൾ അവർക്കുകൂടി പങ്കുചേരാവുന്ന കളികൾ അവരെ പഠിപ്പിക്കണം. ആ കളികളിൽ വിജയിക്കുമ്പോൾ അവരെ പ്രോത്സാഹിപ്പിക്കുകയും വേണം.

മൊബൈലിനെപ്പറ്റി പരാമർശിച്ചുകൊണ്ട് ഒരു കാര്യം കൂടി പറയട്ടെ. ഒരിക്കലും അതിനടിമയാകുവാൻ അവരെ അനുവദിക്കരുത്. ആധുനിക സാങ്കേതികവിദ്യകളിലും ആശയവിനിമയോപാധികളിലും അവരെ പ്രാപ്തരാക്കുന്നത് നല്ലതാണ്. പക്ഷേ, അതിന് അടിമയാക്കിക്കൊണ്ടായിരിക്കരുത്. മൊബൈൽ ഉപയോഗിക്കുന്ന രീതികളിലും സമയങ്ങളിലും നിയന്ത്രണം വേണം. നേരത്തെ സൂചിപ്പിച്ചതുപോലെ ഏറെ മുതിർന്നാൽ നിയന്ത്രണങ്ങൾ ചെലുത്തുവാൻ പ്രയാസമാകും.

അറിവിലും കഴിവിലും മക്കൾ വളരട്ടെ, വികസിക്കട്ടെ. ഒപ്പം സ്വഭാവത്തിലും ശ്രദ്ധിക്കുക. കുട്ടികൾ കുറവായതുകൊണ്ടും, വീട്ടിനുള്ളിൽ വളരുന്നതുകൊണ്ടും സ്വാർത്ഥരായി തീരുവാനുള്ള അവസരം കൂടുതലാണ്. അതുകൊണ്ട് പങ്കുവെയ്ക്കൽ സ്വഭാവം വളർത്തിയെടുക്കുക. മാതാപിതാക്കളെയും മുതിർന്നവരെയും ബഹുമാനിക്കുവാൻ ഇപ്പോഴെ ശീലിപ്പിക്കണം. അറിവിൽ വളരുന്നതോടൊപ്പം ദൈവവിശ്വാസത്തിലും വളരട്ടെ. ദൈവേഷ്ടം പോലെ ജീവിക്കുവാൻ പഠിപ്പിക്കുക. അങ്ങനെ മക്കൾ വളർന്നു വലുതാകുമ്പോൾ വീട്ടുകാർക്കും നാട്ടുകാർക്കും അഭിമാനിക്കുവാൻ ഇടവരട്ടെ. ∎

"രാജവൽ പഞ്ചവർഷാണി ദശവർഷാണി ദാസവൽ"

മക്കളുടെ വ്യക്തിത്വ രൂപവൽക്കരണത്തിൽ നിർണ്ണായക സ്വാധീനം പുലർത്തുന്ന ഘട്ടമാണ് 5 വയസ്സുമുതൽ 10 വയസ്സുവരെ. അഞ്ചുവയസ്സോടെ അവർ തിരിച്ചറിവിലേക്ക് പ്രവേശിക്കുകയായി. കാര്യകാരണ ബന്ധം കരഗതമാകുവാൻ തുടങ്ങി. യാന്ത്രികമായി ഉത്തരം പറഞ്ഞിരുന്ന കുട്ടികൾ ആലോചിച്ച് ഉത്തരം പറയുവാൻ തുടങ്ങും. അഞ്ചുവയസ്സിന് മുമ്പ് ഒരു കുട്ടിയോട് "മോന് ചേട്ടനുണ്ടോ?" എന്ന് ചോദിച്ചാൽ ഉണ്ടെങ്കിൽ ഉണ്ടെന്ന് പറയും. ചേട്ടന്റെ പേരു ചോദിച്ചാൽ പേരു പറയും. "ചേട്ടന് അനിയനുണ്ടോ" എന്ന് ചോദിച്ചാൽ കുട്ടിക്കാകെ സംശയമായി. യുക്തി ചിന്ത കൈവരുന്നേയുള്ളൂ. അഞ്ചുവയസ്സ് കഴിഞ്ഞ കുട്ടികളോട് ഇത്തരം ചോദ്യങ്ങൾ ചോദിച്ചാൽ അവർ കൃത്യമായി ഉത്തരം പറയും.

വീട്ടിൽ അച്ഛനെ അന്വേഷിച്ച് വന്ന മനുഷ്യനോട് തിരിച്ചറിവ് വരാത്ത കുട്ടി പറഞ്ഞ ഉത്തരം പ്രസിദ്ധമാണ്. പണം തിരിച്ചുകൊടുക്കുവാനുള്ള മനുഷ്യൻ അകലെനിന്നും വരുന്നതുകണ്ട് അച്ഛൻ മകനോട് പറഞ്ഞു: "മോനേ, ആ അങ്കിൾ അച്ഛനെയാണ് അന്വേഷിച്ച് വരുന്നത്. അച്ഛൻ തട്ടിൻ പുറത്ത് കൊട്ടയിൽ ഒളിച്ചിരിക്കുവാൻ പോകുകയാണ്. അച്ഛൻ ഇവിടെ

ഉണ്ടോ എന്ന് ചോദിച്ചാൽ ഇല്ലെന്ന് പറഞ്ഞാൽ മതി"യെന്ന് പറഞ്ഞ് അയാൾ തട്ടിൻപുറത്ത് കയറി. വന്ന മനുഷ്യൻ കുട്ടിയോട് ചോദിച്ചു. "മോനേ, അച്ഛനിവിടെയുണ്ടോ?" കുട്ടി നിഷ്കളങ്കമായി പറഞ്ഞു: "അച്ഛൻ തട്ടിൻപുറത്തുമില്ല, കൊട്ടയിലുമില്ല"യെന്ന്. അതാണ് നിഷ്കളങ്ക പ്രായം.

അഞ്ചാറ് വയസ്സാകുന്നതോടെ ഈ രീതി മാറും. അവരിൽ വിവേകം ഉദിക്കുവാൻ തുടങ്ങും. ആലോചനാശേഷി കൈവരുവാൻ തുടങ്ങും. ചിന്തിച്ച് സംസാരിക്കുവാനും പെരുമാറുവാനും തുടങ്ങും. കാര്യങ്ങൾ പറഞ്ഞുകൊടുത്താൽ മനസ്സിലാക്കാനുള്ള പ്രായമായി. ഈ പ്രായത്തിൽ വേണം കുട്ടികളെ അച്ചടക്കം അഭ്യസിപ്പിക്കുവാൻ. സംസാരത്തിലുള്ള അച്ചടക്കം, പെരുമാറ്റത്തിലുള്ള അച്ചടക്കം, വസ്ത്രധാരണത്തിലുള്ള അച്ചടക്കം. ഇത് പരിശീലനത്തിന്റെ പ്രായമാണ്. ശീലങ്ങൾ കുട്ടികളിൽ വളർത്തിയെടുക്കുവാനുള്ള പ്രായം. കുട്ടികൾ വീഴ്ചകൾ വരുത്തിയാൽ ശാസിച്ച് നേർവഴിക്ക് കൊണ്ടുവരേണ്ട പ്രായം. കായികമായ ശിക്ഷ യേക്കാൾ ശാസനപൂർവ്വം ശിക്ഷണം നൽകേണ്ട പ്രായം. ലാളനയുടെ ഭാഷ മാറ്റിവെച്ച് ഗൗരവഭാഷയിൽ അവരുടെ പോരായ്മകൾ തിരുത്തേണ്ട പ്രായം. "ദശവർഷാണി ദാസവൽ". ഉത്തരവാദിത്വം നിറവേറ്റാത്ത ദാസരെ ശാസിക്കണം. തിരുത്തണം. ഈ പ്രായത്തിൽ തിരുത്തി യില്ലെങ്കിൽ പത്തുവയസ്സുകഴിഞ്ഞാൽ തിരുത്തുവാൻ പ്രയാസമാണ്. ഇപ്പോൾ സ്വായത്തമാക്കുന്ന സ്വഭാവങ്ങളാണ് മരണംവരെ അവരെ പിന്തുടരുവാൻ പോകുന്നത്. "ചൊട്ടയിലെ ശീലം ചുടലവരെ." തഴകിയ രീതികളിൽ നിന്നും പുറത്തുവരുവാൻ കഴിഞ്ഞെന്ന് വരികയില്ല.

"ഹന്ത! പഴകിയ ശീലംപോലൊരു
ബന്ധനമുണ്ടോ ലോകത്തിൽ"

കുട്ടികൾ ഓരോ കാര്യം ചെയ്യുമ്പോഴും അത് നല്ലതായാലും ചീത്ത യായാലും മാതാപിതാക്കൾ ശ്രദ്ധിക്കണം. ഒരേ പ്രവർത്തി ആവർത്തിച്ച് ചെയ്താൽ അതവരുടെ തഴക്കമാകും. തഴക്കം ശീലമാകും. ശീലം സ്വഭാവ മാകും. സ്വഭാവമായിക്കഴിഞ്ഞാൽ അവരുടെ ജീവിതത്തിന്റെ ഭാഗമാകും. അതുകൊണ്ട് അരുതാത്ത സംസാരമോ പ്രവൃത്തിയോ ആവർത്തിക്കു ന്നത് കണ്ടാൽ അപ്പോൾതന്നെ തിരുത്തണം. ഇപ്പോൾ തിരുത്തിയില്ലെങ്കിൽ ഒരിക്കലും തിരുത്താനാവുകയില്ല. നല്ല തഴക്കങ്ങൾ ഈ പ്രായത്തിലേ വളർത്തിയെടുക്കണം. രാവിലെ ഉണരുമ്പോൾ തന്നെ ദൈവത്തെ ഓർ ക്കുക. ടോയ്‌ലെറ്റിൽ പോകുക. മുഖം കഴുകുക. പുലരും മുമ്പേ സാധിച്ചി ല്ലെങ്കിലും പുലരുന്നതോടെയെങ്കിലും കുട്ടികൾ ഉണരണം. വളരെ വൈകി എഴുന്നേൽക്കുക പൊട്ട തഴക്കമാണ്. ആധുനികലോകത്തിൽ മനുഷ്യ രിൽ ധാരാളമായി കണ്ടുവരുന്ന അനാരോഗ്യകരമായ തഴക്കമാണിത്. നേരം വൈകിത്തുടങ്ങി എല്ലാം നേരം വൈകി അവസാനിപ്പിക്കുക. ഒരു ദിവസത്തിലെ ഏറ്റവും ധന്യവും മനോഹരവുമായ നിമിഷങ്ങളാണ്

പ്രഭാതവേളകൾ. എത്ര സ്വച്ഛം, എത്ര സുന്ദരം, എത്ര സ്വസ്ഥം, എത്ര ശാന്തം. പ്രകൃതിയിലെ പക്ഷികളെ മാതൃകയാക്കണം. സൂര്യനുദിക്കുന്നതോടെ അവരുണരുന്നു. കാക്കയും കോഴിയും കിളിയുമെല്ലാം നമ്മെ വിളിച്ചുണർത്തുന്നു. ഗ്രാമീണ കേരളത്തെക്കുറിച്ച് കുറ്റിപ്പുഴ പാടിയില്ലേ?

"താക്കോൽ കൊടുക്കാതരുണോദയത്തിൽ
താനെ മുഴങ്ങിടും വലിയോരലാറം
പൂങ്കോഴിതൻ പുഷ്ക്കല കണ്ഠനാദം
കേട്ടങ്ങുണർന്നെഴുന്നേറ്റു കൃഷീവലന്മാർ."

പത്തുവയസ്സെത്തുംമുമ്പേ കുട്ടികളെ കൃത്യമായ ദിനചര്യ പഠിപ്പിക്കണം. പ്രഭാതകൃത്യങ്ങൾ കഴിഞ്ഞ് എപ്പോൾ പഠിക്കുവാൻ ഇരിക്കണം? എപ്പോൾ പ്രഭാതഭക്ഷണം കഴിക്കണം?, എപ്പോൾ സ്കൂളിലേക്കിറങ്ങണം? എല്ലാറ്റിനും കൃത്യത വേണം. പഠനപ്രശ്നവുമായി എന്റെ അടുക്കൽ കൊണ്ടുവരുന്ന കുട്ടികളെ പ്രധാനമായും സഹായിക്കുന്നത് കൃത്യമായ ദിനചര്യ ഉണ്ടാക്കിക്കൊടുത്താണ്. എല്ലാറ്റിനും സമയം വേണം. ഉണരാനൊരു സമയം, ഉറങ്ങാനൊരു സമയം, പഠിക്കുവാനൊരു സമയം, പ്രാർത്ഥിക്കുവാനൊരു സമയം, കളിക്കുവാനൊരു സമയം, ടി.വി കാണുവാനൊരു സമയം, ഭക്ഷണം കഴിക്കാനൊരു സമയം. വ്യായാമം വേണമെങ്കിൽ അതിനൊരു സമയം വേണം. അങ്ങനെ എല്ലാറ്റിനും കൃത്യസമയമുണ്ടെങ്കിൽ എല്ലാം നടക്കും. അല്ലെങ്കിൽ ഒന്നും നടക്കുകയില്ല.

അടുക്കും ചിട്ടയും അഭ്യസിപ്പിക്കേണ്ടതും ഈ പ്രായത്തിലാണ്. ഓരോന്നും വെയ്ക്കുവാൻ അതത് ഇടമുണ്ടായിരിക്കണം. ഓരോന്നും അതതിടത്തായിരിക്കുകയും വേണം. അത്യാവശ്യം വരുമ്പോൾ ഓരോന്ന് അന്വേഷിച്ച് നമ്മളെത്ര സമയമാണ് പാഴാക്കാറുള്ളത്? കുട്ടിക്കാലത്ത് ഇതഭ്യസിപ്പിക്കാത്തതുകൊണ്ടാണ് പിന്നീട് പ്രയാസങ്ങൾ ഉണ്ടാകുന്നത്. സ്കൂൾ വിട്ടുവന്നാൽ ബാഗെവിടെവെയ്ക്കണം?, കുട എവിടെ വെയ്ക്കണം?, യൂണിഫോം മാറി എവിടെ ഇടണം?, മുഷിഞ്ഞ വസ്ത്രങ്ങൾ എവിടെ ഇടണം?, ടിഫിൻ കാരിയർ എന്തു ചെയ്യണം? ഇവയെക്കുറിച്ചെല്ലാം കൃത്യമായി പാഠങ്ങൾ പകർന്നുകൊടുക്കണം. ഇല്ലെങ്കിൽ പഠനത്തിൽ എത്ര കേമനായാലും എത്ര ഉയർന്ന മാർക്ക് വാങ്ങിച്ച് ഉന്നത ബിരുദധാരികളായാലും ജീവിതത്തിൽ വലിയ പരാജയമായിത്തീരും. അച്ചടക്കമുള്ള ജീവിതം അന്തസ്സുള്ള ജീവിതത്തിന്റെ ലക്ഷണമാണ്.

മനുഷ്യബന്ധരീതികൾ ഉടലെടുക്കുന്നതും ഈ പ്രായത്തിൽ തന്നെ. മറ്റുള്ളവരുമായുള്ള ഇടപെടലുകളുടെ സ്വഭാവമനുസരിച്ച് മനുഷ്യരെ മൂന്നായി തരംതിരിക്കാം. ബഹിർമുഖർ, അന്തർമുഖർ, ഉഭയസ്വഭാവികൾ. എല്ലാവരുമായി ഇടപഴകുന്നവരാണ് ബഹിർമുഖർ. അവർ എവിടെ ചെന്നാലും ആരുമായും പെട്ടെന്ന് പരിചയപ്പെടും. സംസാരിക്കുകയും ചെയ്യും. അന്തർമുഖർ ആരുമായും സംസാരിക്കുകയില്ല. ഇങ്ങോട്ടു പരിചയപ്പെടുവാൻ വന്നാൽതന്നെ സംസാരിക്കുവാൻ വിമുഖത പുലർത്തും.

എല്ലായിടത്തും ഒറ്റപ്പെട്ടവരായിരിക്കും. ഇനി ഉഭയസ്വഭാവികളോ? അവർ ആരുമായും ബഹിർമുഖരെപ്പോലെ ഇടിച്ചുകയറി പരിചയപ്പെടുകയില്ല. ആരിൽനിന്നും മാറിനിൽക്കുകയുമില്ല. അങ്ങോട്ടു പരിചയപ്പെടാൻ ചെന്നാൽ വളരെ സ്വതന്ത്രമായി ഇങ്ങോട്ടും പരിചയപ്പെടും. മനുഷ്യർ സാമൂഹ്യജീവിയായതുകൊണ്ട് കുറച്ചെങ്കിലും എല്ലാവരുമായി ഇടപഴകുവാൻ കഴിയണം. ചെറുപ്പത്തിലേ അന്തർമുഖഭാവം പുലർത്തുന്നുണ്ടെങ്കിൽ കുട്ടികളുമായി കളിക്കാനും ചിരിക്കുവാനും കൂട്ടു കൂടാനും അവരെ പരിശീലിപ്പിക്കണം. വലുതായാൽ മാറ്റാനാവില്ല. ഒരിക്കൽ എന്റെ അടുത്ത് കൗൺസ്‌ലിങ്ങിന് വന്ന ദമ്പതിമാരുടെ കഥപറയാം.

അവരുമായി പരിചയപ്പെടുന്നതിന്റെ ഭാഗമായി ഞാൻ ഭർത്താവിനോട് ചോദിച്ചു.

“പേരെന്താ?”

“സുമേഷ്” ഭാര്യ പറഞ്ഞു.

ഭർത്താവിന്റെ മുഖത്തുതന്നെ നോക്കി ചോദിച്ചു.

“എത്രയാ വയസ്സ്?”

“മുപ്പത്തിയഞ്ച്.” ഭാര്യ പറഞ്ഞു.

“എത്രയാ പഠിച്ചിരിക്കുന്നത്?” അയാളോട് ചോദിച്ചു.

“ഐ.ടി.സി.” ഭാര്യ പറഞ്ഞു.

“എന്ത് ചെയ്യുന്നു?” അയാളോടുതന്നെ ചോദിച്ചു.

“ചേട്ടൻ ഒരു വർക്ക് ഷോപ്പ് നടത്തുകയാണ്.” ഭാര്യ പറഞ്ഞു.

“താനെന്താ ഒന്നും മിണ്ടാത്തത്?”.

“ചേട്ടൻ പണ്ടേ അധികം മിണ്ടുന്ന കൂട്ടത്തിലല്ല.” അതിനും ഭാര്യ തന്നെ ഉത്തരം പറഞ്ഞു.

ഇതാണ് പ്രശ്നം. ചെറുപ്പത്തിൽ ഒരു രീതി ശീലമായാൽ മാറ്റാൻ എളുപ്പമല്ല. അതുകൊണ്ട് കൊച്ചുപ്രായത്തിൽ കുട്ടികൾ വീട്ടിൽ ഒതുങ്ങിക്കൂടാൻ അനുവദിക്കരുത്. മറ്റുള്ളവരുമായി മിണ്ടാനും പറയാനും ഇഴുകിച്ചേരാനും പഠിപ്പിക്കണം.

ഒട്ടും അടക്കൊതുക്കമില്ലാതെ, അച്ചടക്കമില്ലാതെ എപ്പോഴും ഓടിച്ചാടി നടക്കുന്ന കുട്ടികളുണ്ട്. ക്ലാസ് മുറിയിലും അവർ അടങ്ങിയിരിക്കുകയില്ല. മറ്റ് കുട്ടികളെയും സദാ ശല്യപ്പെടുത്തിക്കൊണ്ടിരിക്കും. നിയന്ത്രിക്കാനാകാതെ വരുമ്പോൾ ചിലപ്പോൾ ടീച്ചർമാർ ‘ഹൈപ്പർ ആക്റ്റിവിറ്റി’ എന്ന് പേരിട്ട് ഡോക്ടർമാരെ കാണിക്കുവാനും പറഞ്ഞെന്നുവരും. ചിലപ്പോൾ അച്ചടക്കത്തിൽ വളർത്താത്തതുകൊണ്ട് സംഭവിക്കുന്നതായിരിക്കാം. ഇത്തരം ചില കുട്ടികളെ എന്റെ അടുത്ത് അമ്മമാർ കൊണ്ടുവരാറുണ്ട്. കൗൺസ്‌ലിങ്ങ് റൂമിലിരിക്കുമ്പോൾ ചില കുട്ടികൾ അടക്കൊതുക്കമില്ലാതെ പെരുമാറി കാണാറുണ്ട്. അവരോട് അർഹിക്കുന്ന ഗൗരവത്തിൽ

നല്ല മാതാപിതാക്കളാകുവാൻ

അടങ്ങിയിരിക്കുവാൻ ആവശ്യപ്പെടുമ്പോൾ അവർ അനുസരിക്കാറുമുണ്ട്. ശരിക്കും ഹൈപ്പർ ആക്റ്റിവിറ്റി ഉള്ള കുട്ടികൾക്ക് പെട്ടെന്ന് അങ്ങനെ അടങ്ങിയിരിക്കുവാൻ കഴിയുകയില്ല. അതിനർത്ഥം മാതാപിതാക്കൾക്കോ അദ്ധ്യാപികമാർക്കോ വേണ്ടപോലെ കുട്ടികളെ നിയന്ത്രിച്ചിരുത്തുവാൻ കഴിയുന്നില്ല എന്നതാണ്. കുട്ടികളുടെ പിരിപിരിപ്പ് പ്രായമാണത്. അവർ ഓരോ കുസൃതികൾ ഒപ്പിച്ചുകൊണ്ടിരിക്കും. അത് നിയന്ത്രിക്കേണ്ടത് മുതിർന്നവരാണ്.

ശാസിച്ച്, നിയന്ത്രിച്ച് വളർത്തേണ്ട പ്രായത്തിൽ അത് ചെയ്യണം. അതുകൊണ്ടാണ് പറയുന്നത്, കുട്ടികൾ വളർന്നാൽ പോരാ അവരെ വളർത്തണമെന്ന്. കുട്ടികൾ ആവശ്യത്തിലധികം വാശിയും നിർബന്ധ ബുദ്ധിയും പുലർത്തിയെന്നു വരും. അരിശം കാണിക്കുകയും വസ്തുക്കൾ വലിച്ചെറിഞ്ഞ് നശിപ്പിച്ചെന്നും വരും. അതിനൊക്കെ മാതാപിതാക്കൾ അനുവദിച്ചു കൊടുത്താലോ? ചില കുട്ടികൾ ഭീഷണിമുഴക്കിയെന്നും വരും. മാതാപിതാക്കന്മാരെ ഭീഷണിയുടെ മുൾമുനയിൽ നിർത്തി കാര്യങ്ങൾ സാധിച്ചെടുക്കുന്ന കുട്ടികളുണ്ട്. ഭീഷണി ശീലമാക്കിയാൽ അവരുടെ വിവാഹജീവിതത്തെപ്പോലും അത് ദോഷകരമായി ബാധിക്കും.

ഓർമ്മയിലെ ഒരു സംഭവം പറയാം. ഒരിക്കൽ വിവാഹം കഴിഞ്ഞ് അധികനാൾ കഴിയാത്ത ഒരു ചെറുപ്പക്കാരൻ എന്റെ അടുത്ത് കൗൺസ്‌ലിങ്ങിന് വന്നു. ഭാര്യ എം.സി.എ.ക്കാരിയാണ്. അവൾ പെട്ടെന്ന് പിണങ്ങും. നിസ്സാര കാര്യത്തിനായാലും പിണങ്ങി അകത്തുകയറി ഉള്ളിൽ നിന്നും വാതിൽ കുറ്റിയിട്ടിരിക്കും. വിളിച്ചാലും മിണ്ടുകയില്ല. ചിലപ്പോൾ ഭീഷണിയും. "ഞാൻ ചത്തുകളയും, കെട്ടിത്തൂങ്ങും." അവൻ പറഞ്ഞു: "അച്ചോ, ഞാൻ മടുത്തു. എനിക്ക് പേടിയുണ്ട്. അവൾ വല്ലതും ചെയ്താലോ, പ്രശ്നമായില്ലേ." ആ ചെറുപ്പക്കാരൻ ആകെ തകർന്നിരിക്കുകയാണ്. അവൻ കൂട്ടിച്ചേർത്തു. "എത്ര പ്രതീക്ഷയോടെയാണ് വിവാഹം കഴിച്ചത്? ഇതിപ്പോൾ വല്ലാത്ത പൊല്ലാപ്പായി." പെൺകുട്ടിയെയും അവളുടെ അമ്മയെയും കൂട്ടി വരുവാൻ ഞാൻ അയാളോട് പറഞ്ഞു. ദിവസവും സമയവും കൊടുത്തു. പറഞ്ഞ ദിവസംതന്നെ അമ്മയും മകളും വന്നു. പരിചയപ്പെടലിനുശേഷം ചെറുപ്പക്കാരൻ ഞാനുമായി പങ്കുവെച്ച കാര്യങ്ങൾ അവരോട് പറഞ്ഞു. ഇവളുടെ ഈ പെരുമാറ്റം കാരണം അവനാകെ പേടിച്ചിരിക്കുകയാണെന്ന് അമ്മയോട് പറഞ്ഞു. അതിന് ആ അമ്മ പറഞ്ഞ ഉത്തരമാണ് എന്നെ അതിശയപ്പെടുത്തിയത്. "അവനോട് പേടിക്കേണ്ടയെന്ന് അച്ചൻ പറയ്. കുട്ടിക്കാലം മുതലുള്ള അവളുടെ സ്വഭാവമാണിത്. ഒന്നും ചെയ്യില്ല." എന്തുകൊണ്ട് കുട്ടിക്കാലത്തേ തിരുത്തിയില്ല? എന്റെ മനസ്സിൽ ഉദിച്ച ചോദ്യമാണ്.

ഏത് സ്വഭാവമായാലും തിരുത്തേണ്ട തെറ്റുകൾ കുട്ടിക്കാലത്ത് തിരുത്തണം. രൂപീകരണത്തിന്റെ പ്രായമാണിത്. പാകപ്പെടുത്തിയെടുക്കാവുന്ന പ്രായം. തെറ്റുകൾ തിരുത്തി ഈ പ്രായത്തിൽ കുട്ടികളിൽ നല്ല സ്വഭാവങ്ങൾ നട്ടുവളർത്തണം. എങ്കിൽ ഭാവിയിൽ അവർക്കോ അവരെ പ്രതി മാതാപിതാക്കൾക്കോ ദുഃഖിക്കേണ്ടിവരുകയില്ല. ∎

"പ്രതിജനഭിന്ന വിചിത്രമാർഗ്ഗമാം"

എന്ന് കുമാരനാശാൻ പറഞ്ഞത് മുതിർന്നവരെക്കുറിച്ച് മാത്രമല്ല, കുട്ടി കളെക്കുറിച്ചും ശരിയാണ്. ഓരോ കുട്ടിയും വ്യത്യസ്ത വ്യക്തിത്വത്തിന്റെ ഉടമകളാണ്. ഒരാളെപ്പോലെ മറ്റൊരാളില്ല. ഏകാണ്ഡ ഇരട്ടകളായാലും കാക്കപ്പുള്ളിക്കെങ്കിലും വ്യത്യാസം കാണും. അതുകൊണ്ട് മക്കളെ കുഞ്ഞുങ്ങളായിരിക്കെത്തന്നെ അവരവരായി കണ്ട് അംഗീകരിക്കുവാനും വളർത്തിക്കൊണ്ടുവരുവാനും സാധിക്കണം. കുട്ടികളെ സഹോദരങ്ങൾ തമ്മിലായാലും മറ്റ് കുട്ടികൾ തമ്മിലായാലും താരതമ്യം ചെയ്ത് സംസാരിക്കരുത്, വളർത്തിക്കൊണ്ടുവരരുത്. ഓരോരുത്തരും ഓരോ പതിപ്പുകളാണ്. 5 വയസ്സ് കഴിയുന്നതോടെ കുട്ടികളുടെ ബൗദ്ധിക - മാനസിക സവിശേഷതകൾ വേറിട്ട് മനസ്സിലാക്കുവാൻ കഴിയും. "വിളയും വിത്ത് മുളയിലറിയാം" മണ്ണിൽനിന്നും നാമ്പ് നീട്ടാൻ തുടങ്ങു മ്പോൾ തന്നെ ഇതേത് ചെടിയായി മരമായി തീരുമെന്ന് കൂമ്പുനോക്കി പറയാനാകും. കുട്ടികളുടെ ചലനങ്ങളും നീക്കങ്ങളും സംസാരരീതിയും ശ്രദ്ധിച്ചാൽ അവരിൽ ഒളിഞ്ഞുകിടക്കുന്ന കലാകായിക വാസനകൾ എന്തൊക്കെയാണെന്ന് തിരിച്ചറിയുവാൻ കഴിയും. അതിന് കുട്ടികളോ ടൊത്ത് സമയം ചെലവഴിക്കുവാൻ മാതാപിതാക്കൾക്കുണ്ടാകണം. അവരെ ശ്രദ്ധാപൂർവ്വം നിരീക്ഷിക്കുവാൻ കഴിയണം. ടി.വിയിൽ അവരെ ന്തെങ്കിലും പരിപാടി കാണുമ്പോൾ അവരുടെ പ്രതികരണ രീതി നോക്കണം. ജന്മസിദ്ധമായ വാസനവിശേഷങ്ങൾക്കനുസരിച്ച് അവർ പ്രതികരിക്കും. ആടും പാടും താളമിടും.

കുട്ടികളുടെ മസ്തിഷ്ക വളർച്ച അഞ്ചുവയസ്സോടെ കൂടിവന്നാൽ ആറുവയസ്സോടെ അവസാനിക്കുമെന്ന് നേരത്തെ സൂചിപ്പിച്ചിരുന്നല്ലോ. ഇവിടെ നമ്മൾ മാതാപിതാക്കൾ പ്രത്യേകം ശ്രദ്ധിക്കേണ്ട ഒരു കാര്യ മുണ്ട്. നമ്മുടെ മകനിൽ അല്ലെങ്കിൽ മകളിൽ ഏത് തരം ബുദ്ധിയാണ് വിശേഷാൽ എഴുന്നുനിൽക്കുന്നതെന്ന് തിരിച്ചറിയണം. അപ്പോൾ നിങ്ങൾ ചോദിക്കും, പലതരം ബുദ്ധിയുണ്ടോയെന്ന്. ഉണ്ട്. അതുകൊണ്ടാണ് ഈ കാര്യം പ്രത്യേകം എടുത്തുപറയുന്നത്. പലപ്പോഴും മാതാപിതാക്കൾക്ക് ഈ അറിവുണ്ടാകണമെന്നില്ല. അതുകൊണ്ട് ചിലർക്ക് അബദ്ധങ്ങൾ പിണയാറുണ്ട്. കുട്ടിക്ക് വളരെ ഉയർന്ന ഐ.ക്യു ഉള്ളതുകൊണ്ട്

എഞ്ചിനീയറിങ്ങിന് വിടാം, എം.ബി.ബി.എസിന് വിടാം, അല്ലെങ്കിൽ സിവിൽ പരീക്ഷയ്ക്ക് ഒരുക്കാം എന്ന് കരുതുന്ന മാതാപിതാക്കളുണ്ട്. കുട്ടികൾക്ക് ഈ മേഖലകളിൽ താത്പര്യമില്ലെങ്കിലോ? മറ്റൊരബദ്ധം പറ്റുന്നത്, ഉയർന്ന ഐ.ക്യു. ഉള്ളതുകൊണ്ട് എല്ലാ വിഷയങ്ങളും കുട്ടിക്ക് എളുപ്പം പഠിച്ചെടുക്കാനാകുമെന്നും എല്ലാ വിഷയങ്ങളിലും ഉയർന്ന മാർക്ക് വാങ്ങിക്കുവാൻ കഴിയുമെന്നും കരുതുന്നതാണ്. പാഠ്യവിഷയങ്ങളിൽ അധികം മാർക്ക് വാങ്ങിക്കാത്ത, ചിലപ്പോൾ തോറ്റുപോകുന്ന കുട്ടികൾ ഗെയിംസിലോ സ്പോർട്സിലോ നിപുണരായിരിക്കാം. ഭാഷാ വിഷയങ്ങളിൽ തിളങ്ങാത്ത ചില കുട്ടികൾ ശാസ്ത്രീയ വിഷയങ്ങളിൽ ശോഭിക്കുന്നവരായിരിക്കാം. ബുദ്ധിശേഷിയിലുള്ള വൈവിധ്യമാണ് ഇതിന് കാരണം.

ഒമ്പത് തരത്തിലുള്ള ബുദ്ധിയുണ്ടെന്നാണ് പഠനങ്ങൾ പറയുന്നത്.

1. ഭാഷാശേഷി കൂടുതലുള്ളവരുണ്ടാകാം. സാഹിത്യകാരന്മാരിലും പ്രസംഗകരിലും ഈ ശേഷിയായിരിക്കും മുന്നിട്ട് നിൽക്കുന്നത്. വാക്കുകൾകൊണ്ട് അമ്മാനമാടാനുള്ള കഴിവ് അവർക്കുണ്ടാകും. ഗവേഷണപഠനങ്ങൾകൊണ്ട് ഒരാൾക്ക് ഭാഷാവ്യുൽപ്പത്തിയുണ്ടാകാം. രചനാവൈഭവം ഉണ്ടാകണമെന്നില്ല. അത് ജന്മസിദ്ധമാണ്.

2. സംഗീതശേഷി കൂടുതലുള്ളവരുണ്ടാകാം. ഗായകരും പാട്ടുകൾക്ക് ഈണം പകരുന്നവരും സംഗീതശേഷിയുള്ളവരാണ്. അവർക്ക് ജന്മസിദ്ധമായി മനസ്സിൽ താളബോധമുണ്ടായിരിക്കും. അവരുടെ മനസ്സിൽ പദങ്ങൾ വാർന്നുവീഴുന്നതുതന്നെ താളാത്മകമായിട്ടായിരിക്കും. അവരുടെ പദങ്ങളിലും പാദങ്ങളിലും സംഗീതമുണ്ടായിരിക്കും.

3. യുക്തിശേഷി അധികമായി ആവശ്യമുള്ള രംഗമാണ് അഭിഭാഷകവൃത്തി. ഇവരെ വികാരങ്ങളേക്കാൾ വിചാരമായിരിക്കും നയിക്കുക. കണക്കുകൂട്ടാനും കരുനീക്കം നടത്താനും യുക്തിശേഷിയുള്ളവർ കേമന്മാരായിരിക്കും.

4. സ്ഥലബോധശേഷിയുള്ളവരാണ് രൂപകല്പനകൾ നടത്തുന്നത്. ശില്പവേലകൾ നടത്തുന്നതിൽ ഇവർ നിപുണരായിരിക്കും. വസ്തുകല്പന നടത്തുവാനും അലങ്കാരവേലകൾ ചെയ്യുവാനും സ്ഥലബോധശേഷി അത്യാവശ്യമാണ്.

5. ചലനബോധശേഷിയുള്ളവരാണ് കായികതാരങ്ങളും നർത്തകരും. വായുവിൽ കൈകാലുകളെ, ശരീരത്തെ വൈദഗ്ദ്ധ്യത്തോടെ എങ്ങനെ വിന്യസിപ്പിക്കണമെന്ന് അറിയുന്നതാണ് ചലനബോധശേഷി. പഠിച്ചെടുക്കുവാൻ കഴിയുന്ന ശേഷിയാണെങ്കിലും ജന്മസിദ്ധമായി ലഭിച്ചിട്ടുള്ളവർക്കാണ് അതെളുപ്പമാകുക.

6. ആത്മജ്ഞാനശേഷിയുള്ളവർക്ക് സ്വന്തം കഴിവുകളെക്കുറിച്ചും പോരായ്മകളെക്കുറിച്ചും വ്യക്തമായ ധാരണയുണ്ടായിരിക്കും.

അവനവനെത്തന്നെ നോക്കി കാണാനും അറിയാനുമുള്ള കഴിവ്. ഇതില്ലാത്തവരാണ് കഴിവില്ലാത്ത രംഗങ്ങളിൽ ഇറങ്ങിച്ചെല്ലുന്നവരും ഉള്ള കഴിവുകൾ ഉപയോഗിക്കാതിരിക്കുന്നതും.

7. അപരജ്ഞാനശേഷിയുള്ളവർക്ക് മറ്റുള്ളവരുടെ ഉദ്ദേശ്യങ്ങളും ലക്ഷ്യങ്ങളും ആഗ്രഹങ്ങളും പെട്ടെന്ന് മനസ്സിലാക്കിയെടുക്കുവാൻ കഴിയും. രാഷ്ട്രീയ രംഗത്തും സാമൂഹ്യപ്രവർത്തനരംഗങ്ങളിലും കൂടുതൽ ശോഭിക്കുന്നത് ഇത്തരക്കാരായിരിക്കും. മറ്റുള്ളവരുടെ ആവശ്യങ്ങൾ നോക്കിക്കണ്ട് നിറവേറ്റിക്കൊടുക്കുവാനുള്ള കഴിവ് അവർക്കു ണ്ടാകും.

8. പ്രായോഗികശേഷിയുള്ളവർക്ക് വിദ്യാഭ്യാസമോ ബിരുദമോ ഇല്ലെങ്കിലും ജീവിതത്തിൽ വിജയം വരിക്കുവാൻ സാധിക്കും. സമയത്തിനും സാഹചര്യത്തിനുമൊത്ത് ഉയരുവാൻ സാധിക്കും. അവരുടെ തീരുമാനങ്ങൾ പക്വതയുള്ളതായിരിക്കും.

9. ദൈവജ്ഞാനശേഷിയുള്ളവർ ദൈവപൂരിതരായ വ്യക്തികളായിരിക്കും. എല്ലായിടത്തും ദൈവസാന്നിദ്ധ്യം ദർശിക്കുവാൻ കഴിയുന്നവരാണ്. ദൈവസാന്നിദ്ധ്യത്തിൽ ജീവിക്കുന്നവരായിരിക്കും. പ്രാർത്ഥനയിൽ മുഴുകി ദൈവത്തിൽ അലിഞ്ഞുചേരുന്നതിൽ ആനന്ദം കണ്ടെത്തുന്ന വരാണവർ.

അത്യപൂർവ്വമായി ചിലരിൽ ഇവയിൽ പല ശേഷികളുടെയും മനോഹരമായ ചേരുവ കാണുവാൻ കഴിയും. ചിലരിൽ ഒന്നോ രണ്ടോ, രണ്ടോ മൂന്നോ ശേഷികൾ ഒരുപോലെ പ്രശോഭിക്കുന്നതും കാണാം. ചിലരിലാകട്ടെ ഏകശേഷിയായിരിക്കും എഴുന്നുനിൽക്കുക. വളർച്ചയുടെ ഈ പ്രായത്തിൽ മക്കളിൽ ഏത് ശേഷികളാണ് മുന്നിട്ട് നിൽക്കുന്നതെന്ന് പഠിച്ചറിയണം. ആ ശേഷികളായിരിക്കണം വളർത്തിയെടുക്കേണ്ടത്. നമ്മുടെ സ്വപ്നങ്ങൾക്കനുസൃതമോ, മറ്റുകുട്ടികൾ സഞ്ചരിക്കുന്ന മേഖലകളിലോ നീങ്ങുവാൻ മക്കളോട് ആവശ്യപ്പെടരുത്. ആവശ്യപ്പെട്ടാൽ അത് മക്കളിൽ സംഘർഷമുളവാക്കും. അവർക്ക് അവരായി വളരുവാൻ കഴിയുകയില്ല.

ഏതെങ്കിലും ഒരു രംഗത്ത് അസാമാന്യ ശേഷിയുള്ളവരെ സാധാരണക്കാർക്ക് മനസ്സിലാക്കുവാൻ കഴിഞ്ഞെന്ന് വരുകയില്ല. ചിലരുടെ ദൃഷ്ടിയിൽ അവർ പൊട്ടന്മാരായിരിക്കും, അല്ലെങ്കിൽ ഭ്രാന്തന്മാരായിരിക്കാം. അവരിലുള്ള ശേഷിയെ കണ്ടെത്തുവാനോ മനസ്സിലാക്കാനോ കഴിയാത്തവരുടെ പ്രശ്നമാണത്. ഒന്നാം ക്ലാസിൽ പഠിച്ചുകൊണ്ടിരിക്കേ, വൈദ്യുതി കണ്ടുപിടിച്ച തോമസ് എഡിസണുണ്ടായ അനുഭവം കേട്ടിട്ടില്ലേ. കുട്ടിയായ എഡിസന്റെ കൈയ്യിൽ ക്ലാസ് ടീച്ചർ ഒരെഴുത്ത് അമ്മയ്ക്ക് കൊടുക്കുവാനായി കൊടുത്തയച്ചു. അമ്മ കത്ത് തുറന്ന് വായിച്ചു. അതിലെഴുതിയിരുന്നത് ഇപ്രകാരമായിരുന്നു. “നിങ്ങളുടെ മകൻ ഒരു മഠയനാണ്. അവനെ ഇവിടെ പഠിപ്പിക്കുവാനാകുകയില്ല.” മകന്റെ ശേഷി

മനസ്സിലാക്കിയിരുന്ന അമ്മ അവനെ പഠിപ്പിച്ചു. വെറും ആറുമാസമേ എഡിസന് സ്കൂൾ വിദ്യാഭ്യാസം ലഭിച്ചിട്ടുള്ളൂ. കമ്പ്യൂട്ടർ രാജാവായ ബിൽ ഗേറ്റ്സ് പഠിക്കാനാവാതെ സ്കൂളിൽനിന്നും പുറത്തുപോകേണ്ടി വന്നവനാണ്. ധ്യാനഗുരുവും ചിന്തകനുമായ ഓഷോയ്ക്ക് ക്ലാസിലിരുന്ന് പാഠങ്ങൾ ശ്രദ്ധിക്കുകയെന്നത് ഏറ്റവും മടുപ്പുളവാക്കുന്ന കാര്യമായിരുന്നു.

നമ്മുടെ വളർന്നുവരുന്ന മക്കളെ നമുക്ക് സസൂക്ഷ്മം വീക്ഷിക്കാം. അവരിൽ നിഷ്ണാതമായിരിക്കുന്ന ശേഷികൾ എന്തൊക്കെയാണെന്ന് കണ്ടുപിടിക്കാം. ആ കഴിവുകൾ വളമിട്ട് വളർത്താം. വ്യത്യസ്തരായി പെരുമാറുന്ന കുട്ടികളിൽ ചിലപ്പോൾ വിശേഷമായ ശേഷികൾ ഉണ്ടായിരിക്കാം. വീട്ടിലായാലും സ്കൂളിലായാലും മക്കളിൽനിന്നും വിദ്യാർത്ഥികളിൽനിന്നും മാതാപിതാക്കളും അദ്ധ്യാപകരും പ്രതീക്ഷിക്കുന്നത് ഏകതാന സ്വഭാവമാണ്. വേറിട്ട് പെരുമാറിയാൽ അവരെ എല്ലാവരേയും പോലെ പെരുമാറുവാൻ നിർബ്ബന്ധിക്കും.

സ്വന്തമായി ചിന്തിക്കുകയും സ്വകീയമായി പെരുമാറുകയും ചെയ്തിട്ടുള്ളവരാണ് ലോകത്തിൽ വ്യത്യാസം വരുത്തിയിട്ടുള്ളത്. അവർക്കേ ചലനങ്ങൾ സൃഷ്ടിക്കുവാൻ കഴിയുകയുള്ളൂ. നീക്കങ്ങൾ സൃഷ്ടിപരമാണോ നാശോന്മുഖമാണോ എന്നതാണ് ശ്രദ്ധിക്കേണ്ടത്. തല്ലിത്തകർക്കാനുള്ള സ്വഭാവമാണോ പടുത്തുയർത്തുവാനുള്ള സ്വഭാവമാണോ മുന്നിട്ട് നില്ക്കുന്നതെന്നറിയണം. സ്വാർത്ഥപൂരിതമായ ലക്ഷ്യങ്ങളാണോ പരോപകാരപ്രദമായ ലക്ഷ്യങ്ങളാണോ അവരെ നയിക്കുന്നതെന്നറിയണം. നിയമങ്ങളെ ചോദ്യം ചെയ്യുന്നത് അവരുടെ കുത്തഴിഞ്ഞ

ജീവിതത്തിന് വേണ്ടിയാണോ നിയമങ്ങളുടെ അപ്രസക്തി കൊണ്ടാണോ എന്ന് തിരിച്ചറിയണം. കാലഹരണപ്പെട്ട നിയമങ്ങളെ ചോദ്യം ചെയ്യാൻ കുട്ടികളെ പ്രോത്സാഹിപ്പിക്കണം. പക്ഷേ, ശരിയായ നിയമങ്ങൾ അനുസരിക്കുന്നവർക്കേ തെറ്റായ നിയമങ്ങളെ ചോദ്യം ചെയ്യാനുള്ള അവകാശമുള്ളൂവെന്നും പഠിപ്പിക്കണം.

ഇത്രയും പറഞ്ഞത്, എട്ടൊമ്പത് വയസ്സാകുന്നതോടെ കുട്ടികൾ മാതാപിതാക്കളെ, പ്രത്യേകിച്ചും അമ്മമാരെ ചോദ്യം ചെയ്യാൻ തുടങ്ങുന്നതുകൊണ്ടാണ്. 'പറഞ്ഞുതന്ന് അനുസരിച്ചാൽ മതി' എന്ന മുതിർന്നവരുടെ കല്പനകൾക്കെതിരെ അവർ മുറുമുറുക്കാൻ തുടങ്ങുന്ന പ്രായമാണ്. കാര്യങ്ങൾ പറഞ്ഞ് അവരെ ബോദ്ധ്യപ്പെടുത്തുവാൻ മാതാപിതാക്കൾക്ക് കഴിയണം. അവരുടെ വിയോജിപ്പിൽ കാര്യമുണ്ടെങ്കിൽ അത് സ്വീകരിക്കുവാൻ മാതാപിതാക്കൾ തയ്യാറാകുകയും വേണം. അതവരിൽ അവരെക്കുറിച്ചും മാതാപിതാക്കളെക്കുറിച്ചും ഒരേസമയം മതിപ്പും ബഹുമാനവും വളർത്തും.

ആൾക്കൂട്ടത്തിൽ ഒരാളായിമാത്രം വളരുവാൻ മക്കളെ സഹായിക്കരുത്. മാറിനിന്ന് ചിന്തിക്കുവാൻ, സ്വന്തം കാലിൽ നിൽക്കുവാൻ പഠിപ്പിക്കണം. ആൾക്കൂട്ടത്തിന്റെ ആരവത്തിൽ മുങ്ങിത്താഴാതെ സ്വന്തമായ സ്വരത്തിൽ സംസാരിക്കുവാൻ പഠിപ്പിക്കണം. അർത്ഥമില്ലാത്ത മുദ്രാവാക്യങ്ങൾ ആവർത്തിക്കരുതെന്ന് പറയണം. കൂടെ ആരെങ്കിലും ഉണ്ടോയെന്ന് നോക്കാതെ കൂടെ സത്യമുണ്ടോ, ദൈവമുണ്ടോ എന്ന് അന്വേഷിക്കുവാൻ പഠിപ്പിക്കണം. ആരൊക്കെ എതിര് നിന്നാലും സ്വന്തം ബോദ്ധ്യങ്ങളിൽ അടിയുറച്ച് നിൽക്കുവാൻ പഠിപ്പിക്കണം. സത്യം അവരുടെ ജിഹ്വയും ധർമ്മം അവരുടെ പടവാളുമായിരിക്കണം. ഒളിച്ചോടുന്ന ഭീരുവാകാതെ സത്യത്തിനുവേണ്ടി രക്തസാക്ഷിയാകാൻ പഠിപ്പിക്കണം. വിപരീത സാഹചര്യങ്ങളിൽ ഒറ്റയ്ക്കു നിന്ന് പട പൊരുതുന്നവരുടെ മനസ്സിലാണ് രക്തപുഷ്പങ്ങൾ വിടരുന്നതെന്ന് മക്കൾ അറിയട്ടെ.

ഓർക്കുക, ഓരോരുത്തരും തനതു വ്യക്തിത്വത്തിന്റെ ഉടമകളാണ്. ഓരോരുത്തർക്കും അവരവരുടേതായ പെരുമാറ്റങ്ങളും സ്വഭാവങ്ങളും കാണും. മക്കളെ അവരായിരിക്കുന്ന രീതിയിൽ അംഗീകരിക്കുക, സ്വീകരിക്കുക. അതിന് പോരായ്മകൾ ഉണ്ടെങ്കിൽ തിരുത്തുക. അല്ലാതെ മറ്റുള്ളവരെപ്പോലെ ആകാൻ ആവശ്യപ്പെടരുത്. ദൈവം ഓരോരുത്തരേയും അനേകമനേകം സിദ്ധികളോടും സാദ്ധ്യതകളോടും കൂടിയാണ് സൃഷ്ടിച്ചിരിക്കുന്നത്. ഓരോരുത്തർക്കും ദൈവം ഓരോ കഴിവുകളാണ് കൊടുത്തിരിക്കുന്നത്. മക്കളിലുള്ള പ്രത്യേകമായ കഴിവിനെ അവർക്ക് കാണിച്ചുകൊടുക്കുക. ആ കഴിവുകൾ വളർത്തിയെടുക്കുവാൻ അവരോടൊപ്പം നിൽക്കുക. തനതായ വ്യക്തിത്വത്തിനുടമകളായി നമ്മുടെ മക്കൾ വളരട്ടെ. അതിലഭിമാനിക്കുവാൻ അവർക്കും നമുക്കും കഴിയട്ടെ. ■

കതിരിൽ വളം ചെയ്തിട്ട് കാര്യമില്ല

കുട്ടികളെ സ്വയം പര്യാപ്തരാക്കുക, പ്രതിസന്ധികളെ നേരിടുവാൻ പ്രാപ്തരാക്കുക അതാണ് വിദ്യാഭ്യാസംകൊണ്ടും സ്വഭാവരൂപീകരണം കൊണ്ടും സാധിക്കേണ്ടത്. എന്നാൽ ഇന്നത്തെ വിദ്യാഭ്യാസ സമ്പ്രദായം പരീക്ഷയെ നേരിടുവാൻ മാത്രമാണ് കുട്ടികളെ പ്രാപ്തരാക്കുന്നത്. പരീക്ഷകളിൽ ഉന്നതവിജയം നേടിയിട്ട് ജീവിതത്തിൽ പരാജയപ്പെട്ടാലോ? അവരുടെ ഔദ്യോഗിക ജീവിതത്തിൽ, സാമൂഹ്യ ജീവിതത്തിൽ, കുടുംബ ജീവിതത്തിൽ അവർ വലിയ പരാജയമായാലോ? പ്രസിദ്ധ മനഃശാസ്ത്ര ജ്ഞനായ ഹെയിം ഗിനോട്ടിനെ ഞാനിവിടെ ഉദ്ധരിക്കട്ടെ.

"കോൺസൺട്രേഷൻ ക്യാമ്പിൽനിന്നും രക്ഷപ്പെട്ട ഒരാളാണ് ഞാൻ. ഒരാൾ ഒരിക്കലും കാണുവാൻ ആഗ്രഹിക്കാത്ത കാഴ്ചകൾ കണ്ടവനാണ് ഞാൻ. വിഷവാതകം കടത്തിവിട്ട് മനുഷ്യരെ ശ്വാസംമുട്ടിച്ചു കൊന്ന ഗ്യാസ് ചേംബേഴ്സ് പണിതീർത്തത് വിദ്യാസമ്പന്നരായ എഞ്ചിനീയർമാരാണ്. കുട്ടികളെ വിഷം കുത്തിവെച്ച് കൊന്നത് വിദഗ്ദ്ധരായ ഡോക്ടേഴ്സാണ്. പരിശീലനം ലഭിച്ച നേഴ്സുമാരാണ് പിഞ്ചുകുഞ്ഞുങ്ങളെ ശ്വാസം മുട്ടിച്ചുകൊന്നത്. തെരുവീഥികളിൽ കുഞ്ഞുങ്ങളെയും സ്ത്രീകളെയും വെടിവെച്ചു കൊന്നൊടുക്കിയത് ബിരുദാനന്തര ബിരുദമുള്ള ചെറുപ്പക്കാരാണ്. അതുകൊണ്ട് വിദ്യാഭ്യാസത്തിന്റെ പ്രസക്തിയെ ഞാൻ സംശയിക്കുന്നു. മക്കളെ മനുഷ്യരായി വളർത്തുക. അതാണ് എന്റെ അപേക്ഷ. അവരെ കൊലപാതകികളോ മാനസിക രോഗികളോ ആക്കുവാനാണോ വിദ്യാഭ്യാസം കൊടുക്കേണ്ടത്?"

ഹെയിം ഗിനോട്ടിന്റെ ചോദ്യം വളരെ പ്രസക്തമാണ്. നമ്മുടെ നാട് നശിപ്പിക്കുന്നത്, ചുട്ടു ചാമ്പലാക്കുന്നത്, ഇവിടെ കൊലയും കൊള്ളി വെപ്പും നടത്തുന്നത്, ഇവിടെ ഭീകരപ്രവർത്തനം നടത്തുന്നത് ബുദ്ധിയും വിദ്യാഭ്യാസവുമില്ലാത്തവരല്ല, സ്വഭാവശുദ്ധിയില്ലാത്തവരാണ്. മൂല്യ ബോധമുള്ള ഒരു തലമുറയെയാണ് നാം വളർത്തിയെടുക്കേണ്ടത്, വാർത്തെടുക്കേണ്ടത്. നമ്മുടെ രാഷ്ട്രപിതാവായ മഹാത്മാഗാന്ധി പറയുന്ന ഏഴ് പാപങ്ങൾ കേൾക്കുക.

- വേല ചെയ്യാതെ വേതനം പറ്റുക.
- മനസ്സാക്ഷിയില്ലാതെ സുഖസന്തോഷങ്ങൾ അനുഭവിക്കുക.
- വിശുദ്ധിയില്ലാതെ വിജ്ഞാനം ആർജ്ജിക്കുക.
- ധാർമ്മികതയില്ലാതെ കച്ചവടം ചെയ്യുക.
- മനുഷ്യത്വമില്ലാതെ ശാസ്ത്രീയതയിൽ വളരുക.
- ത്യാഗമില്ലാത്ത മതജീവിതം നയിക്കുക.
- തത്ത്വദീക്ഷയില്ലാതെ രാഷ്ട്രീയത്തിൽ മുഴുകുക.

ഇങ്ങനെ മൂല്യബോധം ശോഷിച്ചുപോയ, ആത്മീയത അറ്റുപോയ ഒരു തലമുറയെ വാർത്തെടുത്തിട്ട് എന്തു പ്രയോജനം?

ദാമ്പത്യജീവിത പ്രശ്നങ്ങളുമായി ധാരാളം ദമ്പതിമാർ എന്നെ സമീപിക്കാറുണ്ട്. അവരാരും ഒരുമിച്ച് മുന്നോട്ടു പോകുവാനുള്ള പ്രശ്ന കാരണമായി വിദ്യാഭ്യാസക്കുറവ് എടുത്ത് കാണിക്കാറില്ല. വീട്ടിൽ പെരുമാറാനറിയില്ല, ഒട്ടും ഉത്തരവാദിത്വബോധമില്ല, എല്ലാവരുമായി ഒത്തു പോകുവാൻ അറിയില്ല, അരിശമാണ്, വാശിയാണ്, അനാമത്ത് ചിലവാണ്, ഭീഷണിയാണ്, മദ്യപാനമാണ്, തല്ലാണ് അങ്ങനെ പോകുന്നു പ്രശ്നങ്ങളുടെ നീണ്ട പട്ടിക. ഇതൊന്നും വിദ്യാഭ്യാസത്തിന്റെ പോരായ്മ യിൽ നിന്നും സംഭവിക്കുന്നതല്ല. കുട്ടിക്കാലത്ത് വേണ്ടപോലെ പരിശീ ലനം കൊടുക്കാത്തതുകൊണ്ട് സംഭവിക്കുന്നതാണ്. പക്വതയിൽ വളർത്താത്തതു കൊണ്ടാണ്.

ഒമ്പതുപത്തു വയസ്സിനും പതിനഞ്ചു പതിനാറുവയസ്സിനും ഇടയി ലാണ് കുട്ടികളുടെ പെരുമാറ്റ രീതികൾ, സ്വഭാവ രീതികൾ, മനോഭാവ രീതികൾ, പ്രതികരണ രീതികൾ എന്നിവ പ്രധാനമായും രൂപപ്പെടുക. ഒമ്പതുപത്തു വയസ്സായാൽ കാര്യങ്ങളുടെ ഗൗരവം പറഞ്ഞാൽ അവർക്കു മനസ്സിലാകും. സ്വയമായി ചിന്തിക്കുവാനും തീരുമാനങ്ങൾ എടുക്കുവാനും തുടങ്ങുന്ന പ്രായം. പത്തുവയസ്സുവരെ കുട്ടികൾ മാതാപിതാക്കളെ അന്ധമായി അനുസരിക്കുന്ന പ്രായമാണ്. പത്തുവയസ്സാകുന്നതോടെ അവർ സ്വയമായി കാര്യങ്ങൾ വിലയിരുത്തുവാൻ തുടങ്ങും. അവർക്ക് ബോധ്യമില്ലാത്ത കാര്യങ്ങൾ അവരോട് പറഞ്ഞാൽ നേരിട്ടെതിർത്തില്ലെ ങ്കിലും ഉള്ളിൽ 'മുറുമുറുക്കു'വാൻ തുടങ്ങും. ഇത് 'മുറുമുറുപ്പിന്റെ'യും 'പിറുപിറുക്കലിന്റെ'യും പ്രായമാണ്. പതിനഞ്ചുവയസ്സു കഴിഞ്ഞാൽ അവരുടെ വിയോജിപ്പ് പരസ്യമായി പ്രകടിപ്പിക്കാൻ തുടങ്ങും. ഉദാഹരണ ത്തിന്, പത്തുവയസ്സുവരെയുള്ള പ്രായത്തിൽ കുട്ടികളോട് എന്തെങ്കിലും ആവശ്യപ്പെട്ടാൽ അവർ അന്ധമായി അനുസരിക്കും. പത്തുവയസ്സു കഴിഞ്ഞാൽ അവർക്ക് സ്വീകാര്യമല്ലാത്ത കാര്യങ്ങളിൽ മുറുമുറുത്തെന്നും അനിഷ്ടം കാണിച്ചെന്നും വരും. എന്നാലും ശാസനസ്വരത്തിൽ പറഞ്ഞാൽ അവർ അനുസരിക്കും. പതിനഞ്ചുവയസ്സു കഴിഞ്ഞാൽ

അവർ പരസ്യമായി ചോദ്യം ചെയ്യും. ധിക്കരിക്കുകയും ചെയ്യും. കതിരിൽ വളം ചെയ്തിട്ട് കാര്യമില്ല.

കുട്ടികളെ അച്ചടക്കത്തിൽ വളർത്തണമെന്ന് പറയുമ്പോൾ ശ്രദ്ധിക്കേണ്ട ഒരു കാര്യമുണ്ട്. അച്ചടക്കം രണ്ടുതരമുണ്ട്. ബാഹ്യ അച്ചടക്കവും ആന്തരിക അച്ചടക്കവും. മാതാപിതാക്കളുടെയും അദ്ധ്യാപകരുടെയും മുതിർന്നവരുടേയും ശാസനങ്ങൾക്കും നിയന്ത്രണങ്ങൾക്കും വിധേയമായുള്ള അച്ചടക്കമാണ് ബാഹ്യ അച്ചടക്കം. അത് കുട്ടികളുടെ നിശ്ചയമോ തീരുമാനമോ ആയിരിക്കണമെന്നില്ല. ആന്തരിക അച്ചടക്കം, അവർ സ്വയമേവ അഭ്യസിച്ച്, ശീലിച്ച് വളർത്തിക്കൊണ്ടുവരുന്നതാണ്. അവർ അനുസരിക്കുന്നത് അവരുടെതന്നെ സ്വന്തം തീരുമാനങ്ങളെയാണ്, അവരുടെ ബോദ്ധ്യങ്ങളെയാണ്. അത് പുറത്തുനിന്നും വരുന്നതല്ല. ഉള്ളിന്റെ ഉള്ളിൽനിന്നും വരുന്നതാണ്. അതവരെ പക്വമതികളാക്കും. ആ പക്വത അവരുടെ സംസാരത്തിലും പെരുമാറ്റത്തിലും വസ്ത്രധാരണത്തിലും നിറഞ്ഞുനിൽക്കും.

ഇത് സ്വയാവബോധം കൈവരിക്കുന്ന കാലമാണ്. അവർ അവരെത്തന്നെ നോക്കിക്കാണുവാനും അറിയുവാനും തുടങ്ങുന്ന പ്രായം. താൻ എന്താണ്, എന്തല്ലയെന്ന് തിരിച്ചറിയുന്ന പ്രായം. വ്യക്തിത്വ അവബോധം കൈവരുന്ന പ്രായം. ഈ തിരിച്ചറിവിന്റെയും കണ്ടെത്തലിന്റെയും പ്രായത്തിൽ ഒരാൾ അയാളിലുള്ള കഴിവുകളെയും കുറവുകളെയും കുറ്റങ്ങളെയും തിരിച്ചറിയുന്നു. ഈ മൂന്നു ഘടകങ്ങളെയും എങ്ങനെ

കൈകാര്യം ചെയ്യുന്നുവെന്നതിലാണ് ഒരാളുടെ വ്യക്തിത്വരൂപവൽക്കരണം സാധ്യമാകുന്നത്. അതുകൊണ്ട് കുട്ടികളെ കഴിവുകളും കുറവുകളും കുറ്റങ്ങളും തിരിച്ചറിയുവാൻ മാതാപിതാക്കൾ അവരുടെ ഒപ്പം ഉണ്ടാകണം.

ഓരോരുത്തരേയും അനേകമനേകം കഴിവുകൾ നൽകിയാണ് ദൈവം അനുഗ്രഹിച്ചിരിക്കുന്നത്. ചെറുപ്രായത്തിൽ ആ കഴിവുകൾ കണ്ടുപിടിക്കുവാനും വളർത്തിയെടുക്കുവാനും മാതാപിതാക്കൾ സഹായിക്കണം. അങ്ങനെ മാതാപിതാക്കളും അദ്ധ്യാപകരും കൂടെ ഉണ്ടായിരുന്നതുകൊണ്ടാണ് വിശ്വപ്രസിദ്ധരായ പലർക്കും ആ നിലയിലേക്ക് വളരുവാനും ഉയരുവാനും കഴിഞ്ഞിട്ടുള്ളത്. അവരേക്കാൾ കഴിവുകളും സിദ്ധികളുമുണ്ടായിരുന്ന എത്രയോ പേർ സമാനകാലത്ത് ജീവിച്ചിരുന്നിട്ടുണ്ടാകാം. വേണ്ടപോലെ വെള്ളമൊഴിച്ച് വളമിട്ട് വളർത്തിയെടുക്കുവാൻ വേണ്ടപ്പെട്ടവർ ഇല്ലാതിരുന്നതുകൊണ്ടാണ് വേണ്ടപോലെ ഫലമണിയുവാൻ അവർക്ക് കഴിയാതിരുന്നത്. കഴിവും അവസരവും ഒത്തുകിട്ടുകയും കൂടെ നിൽക്കാനും പ്രോത്സാഹിപ്പിക്കുവാനും ആളുകൾ ഉണ്ടായതുകൊണ്ടാണ് പലർക്കും ലോകപ്രസിദ്ധരാകുവാനും ലോകത്തിന് കാതലായ സംഭാവനകൾ നൽകുവാനും കഴിഞ്ഞത്.

ആദ്യം മാതാപിതാക്കൾ ചെയ്യേണ്ടത്, തങ്ങളുടെ മക്കളിൽ ഏതേതു കഴിവുകളാണ് എഴുന്നുനിൽക്കുന്നതെന്ന് അറിയുകയാണ്. ആ കഴിവുകൾ വേണം കണ്ടുപിടിച്ച് വളർത്തിയെടുക്കുവാൻ. അല്ലാതെ, മാതാപിതാക്കളുടെ സ്വപ്നങ്ങൾക്കും പ്രതീക്ഷകൾക്കുമനുസരിച്ചല്ല, മക്കളെ വാർത്തെടുക്കേണ്ടത്. ഈ പ്രായത്തിൽ കുട്ടികൾ കുടുംബങ്ങളിൽ നേരിടുന്ന വലിയൊരു സംഘർഷമിതാണ്. എല്ലാ മാതാപിതാക്കൾക്കും അവരുടെ മക്കളെക്കുറിച്ച് ചില സ്വപ്നങ്ങളും സങ്കല്പങ്ങളുമുണ്ടാകും. ആ സ്വപ്നങ്ങൾക്കനുസരിച്ച് മക്കൾ ആയിത്തീരുവാൻ മാതാപിതാക്കൾ സമ്മർദ്ദം ചെലുത്തും. അത് മക്കളുടെ സ്വപ്നങ്ങൾക്കും കഴിവുകൾക്കും ചേർന്നതായിരിക്കണമെന്നില്ല. അതുകൊണ്ട് തങ്ങളുടെ സ്വപ്നങ്ങൾ മക്കളിലൂടെ പൂവണിഞ്ഞ് കാണുവാൻ ആഗ്രഹിക്കുന്നതിനേക്കാൾ മക്കൾക്ക് അവരെക്കുറിച്ചുള്ള സ്വപ്നങ്ങൾ എന്താണെന്ന് മനസ്സിലാക്കാൻ ശ്രമിക്കണം. അതിനുള്ള കഴിവുകൾ മക്കൾക്കുണ്ടെങ്കിൽ ആ മാർഗ്ഗത്തിലൂടെ അവരെ കൈപിടിച്ച് നടത്തണം.

ഈ പ്രായത്തിലുള്ള മറ്റൊരു പ്രത്യേകത, സമാനപ്രായക്കാരുടെ സ്വാധീനത്തിനും സമ്മർദ്ദത്തിനും കുട്ടികൾ വഴങ്ങുന്നു എന്നതാണ്. കൂട്ടുകാരൊത്ത് സമയം ചെലവഴിക്കുക, അവർ ഏർപ്പെടുന്ന കളിവിനോദങ്ങളിൽ പങ്കുചേരുക, അവരോടൊത്ത് ഒഴുകി നീങ്ങുക. അതിലൊക്കെ സന്തോഷം കണ്ടെത്തുന്ന പ്രായമാണിത്. ഏർപ്പെടുന്ന കളിവിനോദങ്ങളും ചിലവഴിക്കുന്ന സമയവും തങ്ങളുടെ വളർച്ചയ്ക്കും ഭാവിക്കും എത്രമാത്രം ഉതകുമെന്ന് ചിന്തിക്കാറില്ല, ചിന്തിക്കാനുള്ള പക്വതയുമില്ല. അങ്ങനെ ഏറെ സമയം ഒന്നിനും ഉപകരിക്കാതെ

നഷ്ടപ്പെടുന്നു. ശാരീരിക വ്യായാമത്തിനും മാനസികോല്ലാസത്തിനും സമയം വേണം, എന്നു കരുതി സമയം മുഴുവൻ ഉല്ലാസത്തിനായി മാത്രം കളയുവാനുള്ളതല്ല. ഉപകാരപ്രദമായ രീതിയിൽ സമയം ചിലവഴിക്കുവാൻ കുട്ടികളെ പരിശീലിപ്പിക്കണം. കുട്ടികൾക്ക് ആഗ്രഹമുള്ള രംഗം വേണം തിരഞ്ഞെടുക്കുവാൻ. ഒപ്പം ആ രംഗത്ത് വളരുവാനുള്ള കഴിവും പ്രാപ്തിയും അവർക്കുണ്ടെന്നും തീർച്ച വരുത്തണം. ഒരു കുട്ടിക്ക് ഫുട്ബോൾ കളിക്കാരനാകുവാനാണ് താത്പര്യമെന്നിരിക്കട്ടെ. പക്ഷേ, ശരാശരിയേക്കാൾ വളരെ കുറഞ്ഞ ഉയരവും ശരീരശേഷിയും മാത്രമേ ഉള്ളൂവെങ്കിലോ? സംഗീതശേഷി ഒട്ടുമില്ലാത്ത ഒരാൾ ഗായകനാകാൻ ശ്രമിച്ചാലോ? യുക്തിബോധം ഒട്ടുമില്ലാത്ത ഒരാൾ അഭിഭാഷകനാകാൻ ആഗ്രഹിച്ചാലോ? മനസ്സിൽ താളബോധം ഒട്ടുമില്ലാത്ത ഒരു കുട്ടി നർത്തന രംഗത്ത് വിരാജിക്കണമെന്ന് വിചാരിച്ചാലോ? അതിനുവേണ്ടിയൊക്കെ ചിലവഴിക്കുന്ന സമയവും പണവും വൃഥാവിലാവും. യാഥാർത്ഥ്യ ബോധത്തോടെ കുട്ടികളിലെ കഴിവുകളെ വളർത്തിയെടുക്കേണ്ട പ്രായമാണത്.

കുട്ടികളിലെ കുറവുകളും പരിധികളും പരിമിതികളും സ്വീകരിക്കുവാനും അംഗീകരിക്കുവാനും അവരെ രക്ഷകർത്താക്കൾ സഹായിക്കണം. കുറവുകളോ പോരായ്മകളോ ഇല്ലാത്തവരാരുമില്ല. എല്ലാം തികഞ്ഞവരാരാണുള്ളത്? ചില കുട്ടികൾ അവരിലുള്ള കുറവുകളും പോരായ്മകളും മാത്രമോർത്ത് സദാ ദുഃഖിച്ചിരിക്കും. അതുകൊണ്ട് അവരിലുള്ള കഴിവുകളിലേക്ക് കണ്ണെത്തുകയില്ല. കഴിവുകളെ വളർത്തിയെടുക്കുവാൻ ശ്രമിക്കയുമില്ല. കുറവുകളെക്കുറിച്ചു മാത്രം ഓർത്തിരുന്നു സദാ മ്ലാനചിത്തരായി കഴിഞ്ഞുകൂടുന്നു. അപൂർവ്വവും അതിവിശിഷ്ടവുമായ സവിശേഷതകളുള്ള ചില കുട്ടികൾ തങ്ങളിലെ പോരായ്മകളെക്കുറിച്ച് ആകുലചിത്തരായി കഴിവുകളെ വളർത്തിയെടുക്കുന്നതിൽ പരാജയപ്പെടുന്നു. കുറവുകളെക്കുറിച്ച് അതീവ ഉൾക്കണ്ഠാകുലരായി കഴിയുന്ന ഏറെ കുട്ടികളെ എന്റെ അടുത്ത് കൗൺസ്‌ലിങ്ങിന് കൊണ്ടുവരാറുണ്ട്.

പത്താം ക്ലാസുവരെ സംഗീതോപകരണവായനയിലും സംഗീതത്തിലും അപൂർവ്വ മികവ് പുലർത്തിയിരുന്ന ഒരു ചെറുക്കൻ പിന്നീട് ഒരു പരിപാടിയിലും പങ്കെടുക്കാതെയായി. എല്ലാത്തിനോടും ഒരു വിമുഖത. പഠനത്തിലും താത്പര്യം കുറവായി. കൂട്ടുകാരുമായുള്ള കൂട്ടുകെട്ടും ഇല്ലാതെയായി. ആകെ ഒരു മൗനവും ദുഃഖവും. ഈ അവസ്ഥയിലാണ് കുട്ടിയെ എന്റെ അടുത്ത് കൊണ്ടുവന്നത്. സംസാരിച്ചു വന്നപ്പോഴാണ് കാര്യം മനസ്സിലായത്. കുഞ്ഞുനാളിൽ അവനെ പോളിയോ ബാധിച്ചതുമൂലം അവന്റെ ഒരു കാൽ ശോഷിച്ചുപോയി. നടക്കുമ്പോൾ ഒരു ഞൊണ്ടലുണ്ട്. ആദ്യമൊന്നും അവന് അത് ഒരു പ്രശ്നമായിരുന്നില്ല. കൂട്ടുകാർ അവനെ 'ചട്ടുകാലൻ' എന്ന് വിളിക്കുവാൻ തുടങ്ങിയതോടെയാണ് അവന്റെ അംഗവൈകല്യാവസ്ഥയെക്കുറിച്ച് അവൻ ഉൽക്കണ്ഠാകുലനാകുവാൻ തുടങ്ങിയത്. അതോടെ എല്ലാ രംഗത്തുനിന്നും എല്ലാവരിൽനിന്നും

അവൻ ഒഴിഞ്ഞു മാറുവാൻ തുടങ്ങി. കഥ കേട്ട ഞാൻ, അവന്റെ കുറ്റം കൊണ്ടല്ലാതെ ഉണ്ടായ ആ കുറവിനെ അംഗീകരിക്കുവാനും സ്വീകരിക്കുവാനും അവനെ പഠിപ്പിച്ചു. അവന് ദൈവം കനിഞ്ഞു നൽകിയിട്ടുള്ള സംഗീതവാസനയെക്കുറിച്ച് പറഞ്ഞു കൊടുത്തു. അത് വളർത്തിയെടുക്കേണ്ട ആവശ്യകതയെക്കുറിച്ച് ബോധ്യപ്പെടുത്തി. അവൻ വീണ്ടും പാടാനും സംഗീതപരിപാടികളിൽ പങ്കെടുക്കുവാനും തുടങ്ങി. പണ്ടത്തെപ്പോലെ ഉല്ലാസവാനായി. പഠിപ്പിലും പണ്ടെന്നപോലെ താത്പര്യം പുലർത്തുവാൻ തുടങ്ങി.

ഇങ്ങനെ എത്രയോ കുട്ടികളാണ് തങ്ങളിലുള്ള ഓരോരോ കുറവുകളുടെ പേരിൽ എല്ലാവരിൽനിന്നും മാറിനിൽക്കുന്നത്? തങ്ങളുടെ കഴിവുകളെ കുഴിച്ചുമൂടുന്നത്? നിറം കുറവിന്റെ പേരിൽ, പൊക്കക്കുറവിന്റെ പേരിൽ, വേണ്ടത്ര മുടി ഇല്ലാത്തതിന്റെ പേരിൽ, മുഖത്ത് വേണ്ടത്ര രോമ വളർച്ചയില്ലാത്തതിന്റെ പേരിൽ, തടി കൂടിയതിന്റെ പേരിൽ, തടി കുറഞ്ഞതിന്റെ പേരിൽ ഇങ്ങനെ നൂറു നൂറു കുറവുകൾ പറഞ്ഞ് എത്രയോ കുട്ടികളാണ് എന്നും ദുഃഖിതരും അന്തർമുഖരുമായി കഴിഞ്ഞു കൂടുന്നത്. ഇങ്ങനെയുള്ള കുട്ടികളെ അവരുടെ കുറവുകളെ അംഗീകരിക്കുവാനും സ്വീകരിക്കുവാനും പഠിപ്പിക്കണം. അല്ലെങ്കിൽ ജീവിതകാലം മുഴുവനും തങ്ങളുടെ പോരായ്മകൾ ഓർത്ത് ദുഃഖിതരും നിരാശരുമായി കഴിഞ്ഞുകൂടും. തങ്ങളുടെ കഴിവുകളെ വളർത്തുകയും ചെയ്യുകയില്ല.

ഈ പ്രായത്തിൽതന്നെയാണ് ചില കുട്ടികളിൽ കുറ്റവാസനകൾ തലപൊക്കാൻ തുടങ്ങുന്നത്. തഴക്കദോഷങ്ങൾ വേരുപിടിക്കുവാൻ തുടങ്ങുന്നത്. മദ്യപാനവും മയക്കുമരുന്നുപയോഗവും തുടങ്ങിവെയ്ക്കുന്നത് ഈ പ്രായത്തിലാണ്. മൊബൈലിനോടും ബൈക്കിനോടുമുള്ള അമിതഭ്രമവും ചിലരിൽ വേരു പിടിക്കുന്നു. ആരെങ്കിലും ഈ പ്രവണതകൾക്ക് അടിമയാകുവാൻ തുടങ്ങിയിട്ടുണ്ടെങ്കിൽ ആരംഭത്തിലായതുകൊണ്ട് ഇപ്പോൾതന്നെ ശ്രമിച്ചാൽ കര കയറാൻ പറ്റും. തഴക്കദോഷങ്ങൾ ഉപേക്ഷിക്കുവാൻ പറ്റും. വേരുറച്ചു കഴിഞ്ഞാൽ പറിച്ചു കളയുക പ്രയാസമാകും.

ഇത് ഓരോരുത്തരും തങ്ങളെത്തന്നെ തിരിച്ചറിയുന്ന പ്രായമാണ്. തങ്ങളെത്തന്നെ കണ്ടെത്തുന്ന പ്രായമാണ്. തന്നെത്തന്നെ രൂപപ്പെടുത്തിയെടുക്കുന്ന പ്രായമാണ്. കുട്ടികൾ താന്താങ്ങളുടെ കഴിവുകൾ കണ്ടെത്തി വളർത്തുകയും കുറവുകൾ കണ്ടെത്തി സ്വീകരിക്കുകയും കുറ്റങ്ങൾ കണ്ടെത്തി തിരുത്തുകയും ചെയ്യണം. അതിന് മാതാപിതാക്കൾ അവരോടൊത്ത് ഉണ്ടാകണം. അവരെ സഹായിക്കണം.

ഏകതാനതയുള്ളവരായി നമ്മുടെ മക്കൾ വളരട്ടെ. പ്രായത്തിനനുസരിച്ച പാകതയും പക്വതയും എല്ലാ രംഗത്തും കൈവരിക്കുവാൻ അവർക്ക് കഴിയട്ടെ. വരും കാലത്തെ വെല്ലുവിളികളെ നേരിടുവാൻ ഇപ്പഴേ മക്കളെ മനസ്സാ സജ്ജമാക്കാം. ∎

അധികമായാൽ അമൃതും വിഷം

വർഷങ്ങൾക്കുമുമ്പ് കുടുംബങ്ങളിൽ മക്കളെ വളർത്തിക്കൊണ്ടു വരാ നുള്ള പ്രധാന പ്രശ്നം ഇല്ലായ്മയും വല്ലായ്മയുമായിരുന്നു. കുട്ടികളുടെ എണ്ണമാണെങ്കിൽ കൂടുതൽ. വരുമാനമാണെങ്കിൽ വളരെ കുറവ്. മൂന്നുനേരം ഭക്ഷണം കൊടുക്കുവാൻ തന്നെ പ്രയാസം. മാതാപിതാക്കൾ ഏറെ പ്രയാസപ്പെട്ടിരുന്നു. ഇന്ന് സാധാരണ കുടുംബങ്ങളിലെപ്പോലും ചിത്രം മാറി. ആവശ്യത്തിന് വരുമാനമുണ്ട്. കുട്ടികളുടെ എണ്ണമാ ണെങ്കിൽ കുറവും. അന്നത്തെ ആർഭാടങ്ങൾ ഇന്നത്തെ അത്യാവശ്യ ങ്ങളായി മാറി. അന്നത്തെ കാരണവന്മാരുടെ കഷ്ടപ്പാടുകൾ ഇന്നത്തെ കുട്ടികൾക്ക് പരിഹസിച്ച് ചിരിക്കുവാനുള്ള കഥകൾ മാത്രം.

ഒന്നിനും ഒരു കുറവില്ല എന്നതാണ് ഇന്ന് കുട്ടികൾ നശിക്കുവാൻ പ്രധാന കാരണം. മാതാപിതാക്കൾക്ക് അധികവരുമാനം ഇല്ലാത്ത വീടുകളിലും കുട്ടികൾ സമൃദ്ധിയിലാണ് വളരുന്നത്. മാതാപിതാക്കൾ പട്ടിണി കിടന്നാലും മക്കളുടെ അനാവശ്യ കാര്യങ്ങൾ പോലും സാധിച്ചു കൊടുക്കും. "നമ്മുടെ കുട്ടിക്കാലത്ത് നമ്മുടെ പല ആഗ്രഹങ്ങളും നടന്നി ട്ടില്ല. നമ്മുടെ മക്കൾക്കെങ്കിലും ഒരു കുറവുമുണ്ടാകരുത്." മാതാപിതാ ക്കളുടെ ഈ മനോഭാവമാണ് കുട്ടികളെ നശിപ്പിക്കുന്നത്.

കഷ്ടപ്പാടുകളും ബുദ്ധിമുട്ടുകളും അറിഞ്ഞ് വേണം മക്കൾ വളരു വാൻ. മാതാപിതാക്കൾ എത്ര കഷ്ടപ്പെട്ടാണ് തങ്ങളെ വളർത്തു ന്നതെന്ന് കുട്ടികൾ മനസ്സിലാക്കണം. എങ്കിലേ അവർ വളർന്ന് വരു മ്പോൾ മാതാപിതാക്കളോട് നന്ദിയും കടപ്പാടും ഉണ്ടാകുകയുള്ളൂ. നമ്മുടെ കാര്യം തന്നെ നോക്കൂ. നമുക്ക് നമ്മുടെ മാതാപിതാക്കളോട് എന്തെങ്കിലും നന്ദിയും സ്നേഹവും തോന്നുന്നുണ്ടെങ്കിൽ അതവരുടെ കഷ്ടപ്പാടുകൾ ഓർത്തിട്ടാണ്. ഇത്രയൊക്കെ ആക്കുവാനായി മാതാപിതാ ക്കൾ എത്രമാത്രമാണ് കഷ്ടപ്പെട്ടതെന്ന ചിന്തയാണ് നമുക്കവരോട് ഇന്നുള്ള നന്ദിക്കും കടപ്പാടിനും കാരണം. ഉചിതാനുചിതഭേദം കൂടാതെ കുട്ടികൾ ചോദി ക്കുന്നതെല്ലാം വാങ്ങിച്ചുകൊടുത്താൽ അവർക്ക് തെറ്റായ സന്ദേശമാണ് നമ്മൾ കൊടുക്കുന്നത്. അത് രണ്ട് രീതിയിൽ ദോഷം ചെയ്യും. ഒന്ന്, അനാവശ്യ സൗകര്യങ്ങൾ അവരെ വഴിതെറ്റിക്കും. രണ്ട്,

മാതാപിതാക്കൾക്ക് ഇഷ്ടംപോലെ പണം കൈവശമുണ്ടെന്ന ചിന്തയും അവരിൽ ജനിപ്പിക്കും.

കുട്ടികൾക്ക് എന്ത് വേണമെന്ന് അവരല്ല നിശ്ചയിക്കേണ്ടത്. മാതാപിതാക്കളാണ്. കുട്ടികളെ നയിക്കുന്നത് കൗതുകവും ജിജ്ഞാസ യുമാണ്. വിവേകവും കാര്യകാരണ ചിന്തയുമല്ല. കുട്ടികൾ ചോദിക്കുന്നത് അപ്പപ്പോൾ വാങ്ങിച്ചുകൊടുക്കുകയെന്നതാണ് അവരെ നശിപ്പിക്കുവാനുള്ള ഏറ്റവും എളുപ്പ വഴി. അത്യാവശ്യം, ആവശ്യം, അനാവശ്യം ഇവ തമ്മിലുള്ള വ്യത്യാസങ്ങൾ കുട്ടികൾ മനസ്സിലാക്കണം, അവർക്ക് മനസ്സിലാക്കിക്കൊടുക്കണം. കുട്ടികൾ ഓരോന്ന് ആവശ്യപ്പെടുമ്പോൾ, അവരുടെ പ്രായാനുസരണം അവരുമായി കാര്യങ്ങൾ ചർച്ച ചെയ്യണം. ഇതിപ്പോൾ അത്യാവശ്യമാണോ? നമ്മുടെ സാമ്പത്തിക സ്ഥിതി അനുസരിച്ച് ഇതിപ്പോൾ സാധ്യമാണോ? കാരണം, അവരുടെ ആവശ്യങ്ങളെ നിശ്ചയിക്കുന്നത് കൂട്ടുകാരുടെ സൗകര്യങ്ങളാണ്. എന്റെ കൂട്ടുകാരന്, കൂട്ടുകാരിക്ക്, അതുണ്ട്, ഇതുണ്ട്, എനിക്കും വേണം. കൂട്ടുകാരുടെ സൗകര്യങ്ങളാണ് അവരുടെ ആവശ്യങ്ങളുടെ മാനദണ്ഡം. കൂട്ടുകാരുടെ അനാവശ്യ സൗകര്യങ്ങൾ അവരുടെ പ്രായത്തിനും പഠനത്തിനും ഉപകാരമാണോ ഉപദ്രവമാണോ വരുത്തിവെക്കുന്നതെന്ന് കുട്ടികളൊത്ത് ചർച്ച ചെയ്യണം. ഒപ്പം, തങ്ങളുടെ സാമ്പത്തിക സ്ഥിതിക്ക് ഒതുങ്ങുന്നതാണോ ഈ ആവശ്യം എന്നും ചർച്ച ചെയ്യണം. "അണ്ണാൻ ചാടുന്നതു കണ്ട് മണ്ണാൻ ചാടരുത്." കുട്ടികളെ പറഞ്ഞു മനസ്സിലാക്കണം.

മാതാപിതാക്കൾക്ക് ആവശ്യത്തിലധികം സമ്പത്തുണ്ടെന്നു കരുതി മക്കളുടെ പ്രായത്തിനും പഠനത്തിനും ദോഷം വരുന്ന സൗകര്യങ്ങൾ ചെയ്തുകൊടുക്കരുത്. ഏതാനും വർഷങ്ങൾക്കുമുമ്പ് എന്റെ അടുത്ത് കൗൺസ്‌ലിങ്ങിന് കൊണ്ടുവന്ന ഒരു ചെറുക്കന്റെ കഥ ഞാൻ ഓർക്കുന്നു. അവൻ 11-ാം ക്ലാസിൽ പഠിക്കുന്നു. ഉപ്പ ഗൾഫിലാണ്. ആവശ്യത്തിലധികം സമ്പത്തുണ്ട്. അവന്റെ 17-ാമത്തെ ജന്മദിന സമ്മാനമായി ഉപ്പ വാങ്ങിച്ചു കൊടുത്തത് ഒന്നേകാൽ ലക്ഷത്തിന്റെ ഒരു ബൈക്കാണ്. അവന് ഡ്രൈവിങ്ങ് ലൈസൻസുപോലും ഇല്ലെന്ന് ഓർക്കണം. അവൻ പഠിച്ചിരുന്നത് എല്ലാവർഷവും നൂറു ശതമാനം വിജയം കിട്ടുന്ന ഒരു സി.ബി.എസ്.ഇ. സ്കൂളിലാണ്. അവൻ 12-ാം ക്ലാസിൽ പരീക്ഷ എഴുതിയ വർഷം ആ സ്കൂളിൽ ഒരാൾ മാത്രമാണ് തോറ്റത്. അതവനായിരുന്നു. 12-ാം ക്ലാസിൽ പഠിക്കുമ്പോൾ അവനെന്നും ബൈക്കിൽ കറക്കമായിരുന്നു. മക്കൾക്ക് നശിക്കുവാനുള്ള എല്ലാ വഴിയും ഒരുക്കിക്കൊടുത്തതിനുശേഷം അവർ നശിക്കുന്നതിൽ അവരെ പഴിച്ചിട്ട് കാര്യമില്ല.

ഇപ്പോഴത്തെ കുട്ടികൾ മാതാപിതാക്കളെ ഭീഷണിയുടെ മുൾമുനയിൽ നിർത്തിക്കൊണ്ടാണ് കാര്യങ്ങൾ സാധിച്ചെടുക്കുന്നത്. മക്കൾ മാതാപിതാക്കളുടെ ബലഹീനതയാണ്. ഈ ബലഹീനതയെ ചൂഷണം ചെയ്തുകൊണ്ടാണ് അവർ ഭീഷണിയിലൂടെ കാര്യങ്ങൾ സാധിച്ചെടുക്കുന്നത്. അവർ ആവശ്യപ്പെടുന്ന കാര്യങ്ങൾ അവർ ആവശ്യപ്പെടുന്ന സമയത്തു

നല്ല മാതാപിതാക്കളാകുവാൻ

തന്നെ സാധിച്ച് കൊടുത്തില്ലെങ്കിൽ ഭീഷണിയായി. "ഞാൻ ചാകും", "വീട് വിട്ട് പോകും", "സ്കൂളിൽ പോകുകയില്ല". നിവർത്തിയില്ലാതെ ഭീഷണികൾക്ക് മുമ്പിൽ മാതാപിതാക്കൾ വീണുപോകുന്നു. മക്കളുടെ വാശിക്ക് മുമ്പിൽ തോറ്റുപോകുന്ന വേളകളിൽ മാതാപിതാക്കൾ പറയും, "ഇത് അവസാനത്തേതാണ്. ഇനി ഇതുപോലെ വാശി കാണിച്ചാൽ നടക്കുമെന്ന് കരുതേണ്ട കേട്ടോ." എന്നുപറഞ്ഞാലും അപകടകരമായ ഒരു സന്ദേശം കൊടുത്തു കഴിഞ്ഞു. വാശിയെടുത്താൽ കാര്യങ്ങൾ സാധിച്ചുകിട്ടും. അതുകൊണ്ട് ആദ്യം മുതലേ, വാശിയെടുക്കുവാൻ തുടങ്ങുമ്പോൾ തന്നെ, അവരുടെ അനാവശ്യ നിർബ്ബന്ധങ്ങൾക്ക് വഴങ്ങിക്കൊടുക്കാതിരിക്കണം.

വസ്തുക്കൾക്ക് ഒരിക്കലും സ്നേഹത്തിന് പകരം നിൽക്കാനാകില്ല. മക്കളോടൊത്ത് സമയം ചെലവഴിക്കാനാകാത്ത മാതാപിതാക്കൾ (പ്രത്യേകിച്ചും ഗൾഫിലെ അച്ഛന്മാർ) അവർ ആവശ്യപ്പെടുന്നതെല്ലാം വാങ്ങിച്ചുകൊടുത്ത് മക്കളോട് സ്നേഹമുണ്ടെന്ന് ബോധ്യപ്പെടുത്തുവാൻ ശ്രമിക്കും. ലാളിക്കുവാൻ അടുത്തില്ലാതിരുന്നതുകൊണ്ട് അവധി ക്കാലത്ത് ആവശ്യത്തിലധികം ലാളന കൊടുക്കും. ആവശ്യപ്പെടുന്ന തെന്തും വാങ്ങിച്ചുകൊടുക്കും. അമിത ലാളന കുട്ടികളെ നശിപ്പിക്കുക യേയുള്ളൂ.

വളർന്നുവലുതാകുമ്പോൾ മക്കൾ സ്വന്തം കാലിൽ നിൽക്കേണ്ട വരാണ്. ധാരാളം പ്രയാസങ്ങളും പ്രതിബന്ധങ്ങളും നേരിടേണ്ടി വരും. ഇപ്പോൾ സുഖസൗകര്യങ്ങൾ മാത്രം അനുഭവിച്ച് വളർന്നാൽ ഭാവിയിൽ പ്രയാസങ്ങളും പ്രതിബന്ധങ്ങളും നേരിടേണ്ടി വരുമ്പോൾ അവർ ആകെ തളരും. വീട്ടിൽ ആവശ്യത്തിന് സമ്പത്തും സൗകര്യങ്ങളു മുണ്ടെങ്കിലും വിപരീതാവസ്ഥകളെ നേരിടുവാൻ കുട്ടിക്കാലത്തെ

ശീലിപ്പിക്കണം. നിങ്ങൾക്ക് വീട്ടിൽ ഒന്നോ രണ്ടോ കാറുകൾ ഉണ്ടെങ്കിലും തനിച്ച് യാത്ര ചെയ്യാൻ പ്രായമായാൽ മക്കളെ അവസരം കിട്ടുമ്പോൾ ലൈൻബസിൽ യാത്ര ചെയ്യാൻ ശീലിപ്പിക്കണം. സൗകര്യങ്ങൾ ചെയ്തുകൊടുക്കുന്നതോടൊപ്പം മക്കളെ പക്വതയിലേക്ക് കൈപിടിച്ച് വളർത്തണം. എല്ലാം വെറുതെ കിട്ടുമെന്ന തോന്നൽ കുട്ടികൾക്ക് കൊടുക്കരുത്. അധികം സാമ്പത്തികം ഇല്ലാത്ത കുടുംബങ്ങളിലെ കുട്ടികളായാലും ഇക്കാലത്ത് 'No' കേൾക്കുവാൻ ഇഷ്ടമില്ല. അവരുടെ ഇഷ്ടങ്ങളെല്ലാം അതേപടി സാധിച്ചുകിട്ടണം. ഇപ്പോഴത്തെ സുഖവും സൗകര്യവുമൊക്കെ നാളെയും കിട്ടുമെന്ന് എന്താണ് ഉറപ്പ്? അങ്ങനെ വരുമ്പോൾ അന്ന് തന്നെത്താൻ അഡ്ജസ്റ്റ് ചെയ്തുകൊള്ളുമെന്ന് കരുതുന്നുണ്ടെങ്കിൽ അതബദ്ധമാണ്. തീയിൽ കുരുത്താലേ വെയിലത്ത് വാടാതിരിക്കുകയുള്ളൂ. അദ്ധ്വാനിക്കാതെ കാര്യങ്ങളെല്ലാം എളുപ്പം നടത്തിക്കിട്ടുമെന്ന ധാരണ കുട്ടികളിൽ വളർത്തരുത്. ഒന്നും വെറുതെ കിട്ടുകയില്ലെന്ന് അവർ മനസ്സിലാക്കണം. വെറുതെ കിട്ടുന്ന പണത്തിന് വിലയുണ്ടാവുകയില്ല.

മക്കളുമായുള്ള ബന്ധത്തിൽ മാതാപിതാക്കൾ പകർന്നു കൊടുക്കേണ്ട ഒരു സന്ദേശമുണ്ട്. എന്റെ അച്ഛനും അമ്മയും എനിക്കു വേണ്ടിയാണ് ജീവിക്കുന്നത്. എനിക്ക് ആവശ്യമായത് എത്ര ബുദ്ധിമുട്ടിയാലും നിർവ്വഹിച്ച് തരുവാൻ അവർ ശ്രമിക്കും. അല്ലാതെ വാശികൊണ്ടോ ഭീഷണികൊണ്ടോ ഒന്നും സാധിച്ചെടുക്കാനാവില്ല. ഈ ആശയം മക്കളുമായുള്ള ഇടപെടലുകളിൽ നിന്നും അവർക്ക് വ്യക്തമാക്കിക്കൊടുക്കണം. അപ്പോൾ, മക്കൾക്ക് മാതാപിതാക്കളെക്കുറിച്ച് ആവലാതികൾ ഉണ്ടാകുകയില്ല. അവരെക്കുറിച്ച് മാതാപിതാക്കൾക്ക് ഭാവിയിൽ ആകുലപ്പെടേണ്ടി വരുകയുമില്ല. ∎

സ്വയം പര്യാപ്തതയിലേക്ക്

ചെറുപ്പക്കാരായ ധാരാളം ഭാര്യാഭർത്താക്കന്മാർ വിവാഹ പ്രശ്നങ്ങളുമായി എന്റെ അടുത്തു വരാറുണ്ട്. അവർക്കിടയിലുള്ള പ്രശ്നം വിദ്യാഭ്യാസക്കുറവല്ല. ഇരുകൂട്ടരും ഉയർത്തുന്ന ആരോപണങ്ങൾ ഒന്നുതന്നെ. കുടുംബത്തിൽ എല്ലാവരുമായി ഒത്തുചേർന്നുപോകാൻ അറിയില്ല, അടുക്കളയിലും വീട്ടിലും ഒന്നും ചെയ്യുവാൻ അറിയില്ല. കാര്യഗൗരവബോധമില്ല. അടുക്കും ചിട്ടയുമില്ല. എല്ലാവരോടും ചൂടാകും. നിസ്സാര കാര്യത്തിനു പോലും വഴക്കിട്ട് ബഹളംവെയ്ക്കും. പൈസ ചെലവിടുന്നതിൽ ഒരു സൂക്ഷവുമില്ല. പൊട്ട കൂട്ടുകെട്ടാണ്. മദ്യപാനമാണ്. എപ്പോഴും ഫോണിലാണ്. ഇങ്ങനെ പോകുന്നു ആരോപണങ്ങൾ. ഇതെല്ലാം വിവാഹത്തിന് മുൻപേ തിരുത്തിയെടുക്കേണ്ട കാര്യങ്ങളാണ്. മാതാപിതാക്കൾ ഇക്കാലത്ത് ഇക്കാര്യങ്ങളിൽ വേണ്ടത്ര ശ്രദ്ധ പുലർത്തുന്നില്ല. കുട്ടികളുടെ പഠനകാര്യത്തിൽ മാത്രം ശ്രദ്ധ പുലർത്തിയതു കൊണ്ടായില്ല. മക്കളുടെ പ്രായത്തിനനുസൃതമായ കാര്യങ്ങൾ അവരെക്കൊണ്ട് ചെയ്യിക്കണം. തെറ്റുകൾ തിരുത്തണം. എങ്കിലേ അവർ പക്വമതികളായി വളരുകയുള്ളൂ. വേണ്ടപോലെ പറഞ്ഞുകൊടുത്താൽ അവർ ഉൾക്കൊള്ളുകയും ശീലിക്കുകയും ചെയ്യുമെന്നാണ് എന്റെ വിശ്വാസം.

ഞാനൊരനുഭവം പറയാം. ഒരിക്കൽ ഒരു എഞ്ചിനീയറിങ്ങ് കോളേ ജിൽ ഒന്നാം വർഷക്കാർക്ക് എല്ലാവർക്കുമായി ഒരു ക്ലാസ് എടുക്കുക യായിരുന്നു. ഓഡിറ്റോറിയം തിങ്ങിനിറഞ്ഞ് കുട്ടികൾ ഉണ്ടായിരുന്നു. പ്രായത്തിനനുസരിച്ച് ഓരോരുത്തർക്കും ചെയ്യാവുന്ന കാര്യങ്ങൾ അവർ തന്നെ ചെയ്യണമെന്ന് പറഞ്ഞുകൊടുക്കുന്നതിന് മധ്യേ ഞാൻ ആൺ കുട്ടികളോട് ചോദിച്ചു: "ഒരാൺകുട്ടി നിങ്ങളുടെ പ്രായത്തിലെത്തി ക്കഴിഞ്ഞാൽ അവന്റെ അടിവസ്ത്രം അവനല്ലാതെ ഒരാൾ മാത്രമേ കഴുകാവൂ. ആര്?" ഉടനെ കൂട്ടത്തിൽ ഒരുത്തൻ ഉറക്കെ പറഞ്ഞു: "വാഷിങ് മെഷീൻ". എല്ലാവരും ചിരിച്ചു. ഞാനും ചിരിച്ചുകൊണ്ടു പറഞ്ഞു: "നിന്റെ തമാശ നന്നായി. ഇനി നീ കാര്യമായിട്ട് പറഞ്ഞേ." അവൻ പറഞ്ഞു: "ഭാര്യ". കണ്ടോ, കുട്ടികൾക്ക് കാര്യങ്ങളറിയാം. സ്വകാര്യവസ്ത്രങ്ങൾ സ്വകാര്യമായിവേണം കഴുകുവാൻ. അമ്മമാർ എന്തും ചെയ്തു കൊടുക്കുവാൻ തയ്യാറായിരിക്കും. പക്ഷേ, അതുപോരാ. മക്കളുടെ പ്രായത്തിനനുസരിച്ച് അവർക്ക് ചെയ്യാവുന്ന കാര്യങ്ങൾ അവരെക്കൊണ്ട് ചെയ്യിക്കണം. ആധുനിക കാലത്ത് അമ്മമാർക്ക് വീട്ടിൽ പണ്ടെന്നതിനേക്കാൾ ഒഴിവുസമയം കൂടുതലുണ്ട്. പാടത്തും പറമ്പിലും ജോലിക്ക് പോകേണ്ട. മക്കളുടെ എണ്ണമാണെങ്കിൽ കുറവും. പണ്ടൊക്കെ ഏഴുമെട്ടും എട്ടുംപത്തുമൊക്കെയായിരുന്നു മക്കൾ. അമ്മമാർ പാടത്തും പറമ്പിലും ജോലിക്കുപോയാൽ മൂത്തമക്കളായിരുന്നു താഴെയുള്ള പൈതങ്ങളുടെ കാര്യങ്ങൾ അന്വേഷിക്കുക. ഉണ്ണികളെ കുളിപ്പിക്കുക, അവർക്ക് ചോറു കൊടുക്കുക, ഇതൊക്കെ ചെയ്തിരുന്നത് മൂത്ത മക്കളാ യിരുന്നു. 13-14 വയസ്സാകുമ്പോഴേക്കും വീട്ടിലെല്ലാ കാര്യങ്ങളും ചെയ്യു വാൻ കുട്ടികൾ പഠിക്കും. ഇന്നാണെങ്കിൽ 16ഉം 18ഉം വയസ്സായ മക്കൾക്ക് അവരുടെ സ്വകാര്യ ആവശ്യങ്ങൾ പോലും ചെയ്തു കൊടുക്കുന്നത് അമ്മമാരാണ്.

ഒരിക്കൽ ഹയർ സെക്കന്ററി ക്ലാസുകളിലെ കുട്ടികളുടെ അമ്മമാർക്ക് ക്ലാസെടുക്കുകയായിരുന്നു. ക്ലാസിനിടയ്ക്ക് ഞാൻ അമ്മമാരോട് ചോദിച്ചു: "ഇവിടെ സ്കൂളിൽവെച്ച് ഉച്ചഭക്ഷണം കഴിച്ച് വീട്ടിൽ കൊണ്ടുവരുന്ന മക്കളുടെ ചോറ്റുപാത്രം കഴുകിക്കൊടുത്ത് സഹായിക്കുന്ന അമ്മമാർ ഒന്നു കൈ പൊക്കാമോ?" അമ്മമാരിൽ 90% പേരും കൈപൊക്കി. അമ്മ മാരുടെ വിചാരം ഞാനവരെ അഭിനന്ദിക്കുമെന്നായിരുന്നു. അവർ എത്ര വലിയ ആപത്താണ് ചെയ്യുന്നതെന്ന് അവർ തിരിച്ചറിയുന്നില്ല. സത്യ ത്തിൽ അവർ അവരുടെ മക്കളെ നശിപ്പിക്കുകയാണ് ചെയ്യുന്നത്. ഇത്രയും മുതിർന്ന മക്കൾക്ക് അവർ ഭക്ഷണം കഴിച്ച പാത്രം അവർക്കു തന്നെ വൃത്തിയാക്കുവാൻ സാധിച്ചില്ലെങ്കിലോ? കഷ്ടമാണ്.

പ്രകൃതിയിലെ വിശേഷബുദ്ധിയില്ലാത്ത ജീവികൾപോലും കുഞ്ഞു ങ്ങളെ പ്രായത്തിനനുസരിച്ച് എങ്ങനെ സ്വയംപര്യാപ്തതയുള്ളവരാക്കി വളർത്തണമെന്ന് കാണിച്ചു തരുന്നുണ്ട്. വീട്ടുമുറ്റത്ത് നടക്കുന്ന കോഴി കളെ നോക്കൂ. കൊത്തിവിരിഞ്ഞ കുഞ്ഞുങ്ങളെയും കൂട്ടി തള്ളക്കോഴി

നടക്കുന്നു. എത്ര സൂക്ഷ്മതയോടെയാണ് അവയെ പരിരക്ഷിക്കുന്നത്. കാക്കയുടെയോ പരുന്തിന്റെയോ നിഴലാട്ടം കണ്ടാൽ മതി, കൊക്കിവിളിച്ച് കുഞ്ഞുങ്ങളെ ചിറകിനുള്ളിൽ നിർത്തി സംരക്ഷിക്കുന്നു. ചപ്പും ചവറും ചിക്കി മാന്തിയിട്ട് കുഞ്ഞുങ്ങളെ കൊക്കി വിളിച്ച് തീറ്റുന്നു. അതേ തള്ളക്കോഴിതന്നെ ഏതാനും ദിവസങ്ങൾ കഴിയുമ്പോൾ തന്നിൽനിന്നും കുഞ്ഞുങ്ങളെ കൊത്തിയകറ്റുന്നു. തന്നത്താൻ തീറ്റതേടാൻ പഠിപ്പിക്കുന്നു. വൃക്ഷത്തിന്റെ ഉയർന്ന ശിഖിരങ്ങളിൽ കൂടുകൂട്ടുന്ന കഴുകനെ കണ്ടുപഠിക്കൂ. മുട്ടവിരിഞ്ഞ് കുഞ്ഞായാൽ ഇണകൾ കുഞ്ഞിനായി ഇരതേടിപ്പോകുന്നു. ഇരതേടി പോകുന്ന വേളകളിൽ ഇണകൾ മാറി മാറി കുഞ്ഞുങ്ങൾക്ക് കാവലിരിക്കുന്നു. കുഞ്ഞുങ്ങൾ പറക്കമുറ്റി എന്നു കണ്ടാൽ അവയെ സ്വന്തം ചിറകുകളിൽ സംവഹിച്ച് കഴുകന്മാർ ആകാശത്തിലേക്ക് പറന്നുയരുന്നു. കുഞ്ഞുങ്ങളെ പുറത്തുനിന്നും താഴേക്ക് തട്ടിയിടുന്നു. അവ സ്വയം പറക്കുവാൻ തുടങ്ങിയാൽ കഴുകന് സന്തോഷമായി. മക്കൾ സ്വയം പറക്കുവാൻ പഠിച്ചല്ലോ എന്ന സംതൃപ്തി.

ഉദ്യമത്തിനിടയിൽ കുഞ്ഞുങ്ങൾ വീണാൽ പറന്നിറങ്ങി കുഞ്ഞുങ്ങളെ പെറുക്കിയെടുത്ത് വീണ്ടും പറക്കും. വീണ്ടും തട്ടിയിടും. അങ്ങനെ സ്വയം പറക്കുവാൻ പഠിപ്പിക്കും. മക്കളെ സ്വയം ജീവിക്കുവാൻ പഠിപ്പിക്കുക യാണ് മാതാപിതാക്കളുടെ ധർമ്മം.

പഠനത്തിന് ദോഷം വരാത്ത രീതിയിൽ കുടുംബജോലികളിൽ കുട്ടി കളേയും ഉൾപ്പെടുത്തണം. അടിക്കാനും തുടക്കാനും പാത്രങ്ങൾ കഴുകു വാനും വസ്ത്രങ്ങൾ മടക്കിവെക്കുവാനും പെൺകുട്ടികളെ ശീലി പ്പിക്കണം. കടകളിൽ പോകാനും വീട്ടിൽ അത്യാവശ്യ കാര്യങ്ങൾ വാങ്ങിച്ചുകൊണ്ടുവരുവാനും ആൺകുട്ടികളെ പരിശീലിപ്പിക്കണം. ഇതെല്ലാം അവരെ സ്വയംപര്യാപ്തരാക്കുമെന്ന് മാത്രമല്ല കുടുംബ ത്തോടുള്ള ബന്ധവും വർദ്ധിപ്പിക്കും. ഇതെന്റെ വീടാണ്, വീട് കൊണ്ടു നടക്കുന്നതിൽ എനിക്കുമൊരു പങ്കുണ്ട് എന്ന ചിന്ത കുട്ടികളിൽ വളർ ത്തണം.

പ്രായത്തിനനുസരിച്ച് ജീവിത നൈപുണ്യങ്ങളും കുട്ടികളെ പഠിപ്പി ക്കണം. ചെറുപ്രായമാണ് നൈപുണ്യങ്ങൾ നേടിയെടുക്കുവാൻ പറ്റിയ സമയം. നീന്താനും സൈക്കിൾ ചവിട്ടാനും പഠിപ്പിക്കണം. ലൈസൻ സിനുള്ള പ്രായമായാൽ ഡ്രൈവിങ്ങും അഭ്യസിപ്പിക്കണം. ജീവിത ത്തിനാവശ്യമായ സാങ്കേതിക വൈദഗ്ദ്ധ്യം കുട്ടികൾ നേടിയെടുക്കണം. എല്ലാറ്റിനുമുപരിയായി പ്രതിസന്ധികളേയും പ്രതിബന്ധങ്ങളേയും നേരിടുവാനുള്ള മനോധൈര്യം അവരിൽ വളർത്തിയെടുക്കണം. അല്ലെങ്കിൽ, അപ്രതീക്ഷിതമായ പ്രതിസന്ധികളുടെ മുൻപിൽ അവർ അന്ധാളിച്ചുനിൽക്കും. അയൽപ്പക്കങ്ങളിൽ അത്യാവശ്യങ്ങൾ വരുമ്പോൾ ഇറങ്ങിച്ചെല്ലുവാനും അത്യാവശ്യം സഹായങ്ങൾ ചെയ്തു കൊടു ക്കുവാനും പഠിപ്പിക്കണം. മുറിക്കുള്ളിൽ എല്ലായിപ്പോഴും മൊബൈലും കമ്പ്യൂട്ടറുമായി മാത്രം ഇരുന്നാലോ?

ഓരോ പ്രായത്തിലും മക്കൾക്ക് ചെയ്യാവുന്ന കാര്യങ്ങൾ അവർ തന്നെ ചെയ്യട്ടെ. അതിൽ അവർ അഭിമാനവും കൊള്ളട്ടെ. വീട്ടിലേറെ സമ്പത്തുണ്ടാകാം, സൗകര്യങ്ങളുണ്ടാകാം. ഓരോരോ കാര്യങ്ങൾക്കും വേലക്കാരുണ്ടാകാം. അതുകൊണ്ടായില്ല. കഴിയുന്നത്ര കാര്യങ്ങൾ തനിച്ചു ചെയ്യുവാൻ പ്രാപ്തിയുള്ളവരായി മക്കൾ വളരണം, മക്കളെ വളർത്തണം. അങ്ങനെ അവർ സ്വയം പര്യാപ്തതയുടെ പാതയിലൂടെ നടന്നുവളരട്ടെ. നല്ല വിദ്യാഭ്യാസം ഉണ്ടാകാം. നല്ല ജോലിയുമുണ്ടാകാം. നല്ല വേതനവും കണ്ടേക്കാം. ഒരു കുടുംബം കൊണ്ടുനടക്കുവാനുള്ള പ്രാപ്തിയില്ലാതെ വന്നാലോ? വിദ്യാഭ്യാസത്തിനോടൊപ്പം മക്കൾക്ക് പാകതയും പക്വതയും കൈവരണം.

■

ആധുനിക സാങ്കേതിക വിദ്യകൾ

ഞാൻ ബാംഗ്ലൂർക്ക് തീവണ്ടിയിൽ പോകുകയായിരുന്നു. എന്റെ കാബിനിൽ മറ്റെല്ലാവരും സമപ്രായക്കാരും സുഹൃത്തുക്കളുമാണ്. ഏകദേശം 60 കഴിഞ്ഞവർ. അവർ ഒരുമിച്ച് ബാംഗ്ലൂർക്ക് ഏതോ പരിപാടിയിൽ പങ്കെടുക്കുവാൻ പോകുകയാണെന്ന് തോന്നുന്നു. അവർ സജീവ ചർച്ചയിലായിരുന്നു. ചർച്ചാവിഷയം എനിക്ക് ഇഷ്ടമുള്ളതായതിനാൽ ഞാൻ മിണ്ടാതിരുന്ന് അവരുടെ സംസാരം ശ്രദ്ധിച്ചു. പേരക്കിടാങ്ങളുടെ ടി.വി, ടാബ്, മൊബൈൽ തുടങ്ങിയവയുടെ ദുരുപയോഗത്തെക്കുറിച്ചായിരുന്നു സംസാരം.

"ഈ മൊബൈൽ കുട്ടികളെ നശിപ്പിക്കുകയേ ഉള്ളൂ." ഒരാൾ പറഞ്ഞു.

"ടി.വി. വന്നതോടെ നാശം തുടങ്ങി." മറ്റൊരാൾ കൂട്ടിച്ചേർത്തു.

"എന്റെ മകന്റെ കുട്ടി പത്താം ക്ലാസിലാണ് പഠിക്കുന്നത്. അവൻ വളരെ വൈകിയാണ് ഉണരുന്നത്. എട്ടര ഒമ്പതാകും. അതെങ്ങനെയാ, രാത്രി മുഴുവൻ മൊബൈലിലല്ലേ. എണീറ്റു വന്നാൽ വീണ്ടും മൊബൈലിലായി പണി." മറ്റൊരാൾ പറഞ്ഞു.

"ഇതൊക്കെ തലമുറയുടെ പ്രശ്നമാണ്. എന്റെ മകൻ പ്രീ-ഡിഗ്രി കഴിയുന്നതുവരെ ഞാൻ വീട്ടിൽ ടി.വി. വാങ്ങിച്ചിരുന്നില്ല. എന്നിട്ട് എന്തേ? അവന്റെ പിള്ളേര് ഹൈസ്കൂളിലാണ് പഠിക്കുന്നത്. രണ്ടുപേരും ടി.വി.യുടെ മുമ്പിൽ നിന്ന് എഴുന്നേറ്റ് പോരുകയില്ല."

അവരെല്ലാവരും പേരക്കിടാങ്ങളെ മൊബൈലും ടി.വി.യുമൊക്കെ എത്രമാത്രം നശിപ്പിച്ചുകൊണ്ടിരിക്കുകയാണെന്ന് പറഞ്ഞുവെക്കുകയായിരുന്നു. അവർക്കിടയിൽ അധികം സംസാരിക്കാതിരുന്ന ഒരാൾ പറഞ്ഞു. "മൊബൈലിനെയും ടി.വി.യെയും മറ്റും കുറ്റം പറഞ്ഞിട്ട് കാര്യമില്ല. അവ വേണ്ടപോല ഉപയോഗിക്കാത്തതാണ് പ്രശ്നം. എല്ലാം, നന്മയ്ക്കും തിന്മയ്ക്കും ഉപകരിക്കും. വെടിമരുന്നിന്റെ കാര്യം തന്നെ എടുക്കൂ. വെടിമരുന്ന് കണ്ടുപിടിച്ചതോടെ എന്തെല്ലാം ഉപകാരം ഉണ്ടായി? വിപ്ലവകരമായ മാറ്റങ്ങൾ ഉണ്ടായില്ലേ. ഉപദ്രവവുമുണ്ടായില്ലേ. ഒരു കത്തികൊണ്ട് ജീവനെടുക്കാൻ കഴിയും. ജീവൻ രക്ഷിക്കാനും ഓപ്പറേഷൻ തീയേറ്ററിൽ ഡോക്ടേഴ്സ് കത്തിതന്നെയല്ലേ ഉപയോഗിക്കുന്നത്? ഇതു തന്നെയാണ് ആധുനിക സാങ്കേതികവിദ്യകളുടെ കാര്യത്തിലും എന്നാണ് എനിക്ക് തോന്നുന്നത്." അയാൾ പറഞ്ഞു നിർത്തിയപ്പോൾ മറ്റൊരാൾ കൂട്ടിച്ചേർത്തു. "ശരിയാണ്. എല്ലാ ടെക്നോളജിയും ഇരുതലമൂർച്ചയുള്ള വാളാണ്. ഗുണത്തിനും ദോഷത്തിനും ഉപകരിക്കും. കൊഴപ്പം ടി.വിയുടെയും മൊബൈലിന്റെയുമല്ല, അതെങ്ങനെ ഉപയോഗിക്കുന്നു എന്നതിലാണ്. നെറ്റിൽ അശ്ലീലചിത്രങ്ങൾ കാണുന്നവർ ധാരാളമുണ്ട്. നെറ്റിലൂടെ ഇവിടെയിരുന്ന് ഹാർവാർഡ് യൂണിവേഴ്സിറ്റി ലൈബ്രറിയിലെ പുസ്തകങ്ങൾ റഫർ ചെയ്യുന്നവരുണ്ട്."

അവരുടെ സംസാരം ശ്രദ്ധിച്ചുകൊണ്ടിരുന്ന ഞാൻ ഓർക്കുകയായിരുന്നു. പഴയ തലമുറയ്ക്ക് വേണമെങ്കിൽ ആധുനിക സാങ്കേതിക വിദ്യകൾ ഇല്ലാതെ ജീവിക്കാം. പുതിയ തലമുറയ്ക്കോ? ഇന്ന് കുഞ്ഞുങ്ങൾ പിറന്നു വീഴുന്നതുതന്നെ സാങ്കേതികവിദ്യയുടെ തൊട്ടിലിലാണ്. അപ്പോൾപിന്നെ സാങ്കേതികവിദ്യകളെ പഴിപറഞ്ഞിരിക്കാതെ കാലാനുസൃതമായ മാറ്റങ്ങളെ ഉൾക്കൊണ്ട് സൃഷ്ടിപരമായും ഗുണപരമായും അവയെ ഉപയോഗിക്കുവാൻ കുട്ടികളെ പ്രാപ്തരാക്കുകയാണ് ചെറുപ്പക്കാരായ മാതാപിതാക്കൾ ചെയ്യേണ്ടത്.

"നെറ്റെ"ന്ന പദപ്രയോഗംതന്നെ ഇരുതലമുറയും ഭിന്നാർത്ഥത്തിലാണ് മനസ്സിലാക്കുന്നത്. പഴയ തലമുറയിൽ ക്രിസ്ത്യാനി പെൺകുട്ടികൾ തലയിൽ നെറ്റില്ലാതെ പള്ളിയിൽ പോകുന്നത് വലിയ അപരാധമായിരുന്നു. ഇന്ന് കുട്ടികൾക്ക് 'നെറ്റ്' കണക്ഷനില്ലാതെ വീട്ടിലിരിക്കുവാൻ കഴിയുകയില്ല. നെറ്റും കമ്പ്യൂട്ടറും വീട്ടിനുള്ളിൽ കുട്ടികൾക്ക് സംലഭ്യമാക്കാതെ മക്കളെ വളർത്തുവാൻ ശ്രമിക്കാം. അപ്പോൾ കുട്ടികൾ മാതാപിതാക്കളറിയാത്ത വഴിയിലൂടെ അവ കരഗതമാക്കാൻ ശ്രമിക്കും. കാരണവന്മാരുടെ അറിവുകൂടാതെ അവർ തേടിയെത്തുന്ന വഴികൾ

കൂടുതൽ അപകടങ്ങൾ നിറഞ്ഞതാകും. കാരണവന്മാരുടെ മേൽനോട്ടത്തിൽ വീട്ടിനകത്തുവെച്ചാണെങ്കിൽ കുട്ടികളുടെമേൽ വേണ്ടത്ര നിയന്ത്രണം പുലർത്തുവാൻ മാതാപിതാക്കൾക്ക് കഴിയും.

പണ്ടൊക്കെ ഗൃഹപാഠങ്ങളും പ്രബന്ധങ്ങളും എഴുതി തയ്യാറാക്കിയാണ് വിദ്യാർത്ഥികൾ അദ്ധ്യാപകരെ ഏല്പിക്കുന്നത്. ഇന്ന് ഓൺലൈനിലൂടെയാണ് അയച്ചുകൊടുക്കുന്നത്. വിദ്യാലയപ്രവേശനത്തിനായാലും ജോലിക്കായാലും അപേക്ഷഫോം എഴുതി പൂരിപ്പിച്ച് കൊടുക്കുന്ന കാലം കഴിഞ്ഞിരിക്കുന്നു. പഠനത്തിനായാലും ജോലിക്കായാലും ഒഴിവുകൾ കണ്ടെത്തണമെങ്കിൽ നെറ്റിൽ നോക്കണം. അപേക്ഷകളും നെറ്റിലൂടെത്തന്നെ അയയ്ക്കണം. മൊട്ടുസൂചിമുതൽ കനക കൊട്ടാരം വരെ വില്ക്കാനും വാങ്ങിക്കാനും എല്ലാവരും ആശ്രയിക്കുന്നത് വെബ്സൈറ്റിനെയാണ്. അതുകൊണ്ട് വളർന്നുവരുന്ന സാങ്കേതിക വിദ്യകളിൽനിന്നും അകന്നുനിൽക്കുക അസാദ്ധ്യമാണ്. ഒഴുകുന്ന കാലത്തിനൊത്ത് നീങ്ങുവാൻ ശീലിച്ചില്ലെങ്കിൽ കാലം നമ്മളെ പിന്നിലിട്ട് മുന്നോട്ട് ഒഴുകിപ്പോകും.

സാമ്പത്തികശേഷിയുണ്ടെങ്കിൽ അത്യാവശ്യ സൗകര്യങ്ങൾ വീട്ടിൽ തന്നെ ഒരുക്കിക്കൊടുത്താൽ മക്കളെ നിയന്ത്രിത സ്വാതന്ത്ര്യത്തിൽ വളർത്താനാകും. 'നിയന്ത്രിത സ്വാതന്ത്ര്യം' എന്നു ഞാൻ പറയുന്നത് വളരെ ബോധപൂർവ്വമാണ്. ഹൈസ്കൂളിൽ പ്രവേശിക്കുന്നതോടെ തങ്ങൾ മുതിർന്നവരായെന്ന ബോധം മക്കൾക്ക് കൈവരുന്നു. അതിനനുസൃതമായ സ്വാതന്ത്ര്യവും അവർ പ്രതീക്ഷിക്കുന്നു. പക്ഷേ, പക്വത പൂർണ്ണമായും കൈവന്നിട്ടുമില്ല. അതുകൊണ്ട് സ്വാതന്ത്ര്യം അനുവദിച്ചു കൊടുക്കുന്നത് മാതാപിതാക്കളുടെ നിയന്ത്രണത്തിലായിരിക്കണം. ഉദാഹരണത്തിന്, നെറ്റ് കണക്ഷനോടുകൂടിയ കമ്പ്യൂട്ടർ അവർ അടച്ചിട്ട മുറിയിൽവെച്ച് ഉപയോഗിക്കരുത്. മൊബൈലിലായാലും ടാബിലായാലും കമ്പ്യൂട്ടറിലായാലും ഗെയിംസ് കളിക്കുന്നുണ്ടെങ്കിൽ ഒരുദിവസം എത്ര സമയം എന്ന ധാരണ വേണം. രാത്രി ഉറങ്ങുവാൻ മുറിയിൽ പോകുമ്പോൾ മൊബൈൽ കൈവശം വെയ്ക്കുവാൻ പാടില്ല. മക്കൾക്ക് സ്വന്തമായി പാസ്‌വേഡ് വേണ്ട. മാതാപിതാക്കൾ അറിയാത്ത ഒരു ഫോൺ വിളിയും മക്കൾക്ക് വേണ്ട, പ്രത്യേകിച്ചും പെൺകുട്ടികളുടെ കാര്യത്തിൽ.

ടി.വി കാണുന്ന സമയത്തിന്റെ കാര്യത്തിലും ചില നിയന്ത്രണങ്ങൾ ആവശ്യമാണ്. കാലത്ത് നേരത്ത്, പ്രത്യേകിച്ചും ക്ലാസുള്ള ദിവസങ്ങളിൽ, അത്യാവശ്യമില്ലാതെ ടി.വി. വെയ്ക്കരുത്. ടി.വി. കണ്ടുകൊണ്ട് അത്താഴം കഴിക്കുന്ന സമ്പ്രദായം നല്ലതല്ല. ആ സമയം മക്കൾക്കും മാതാപിതാക്കൾക്കും ഒരുമിച്ച് വിശേഷങ്ങൾ പങ്കുവെക്കാനുള്ളതാണ്. അമ്മമാരുടെ സീരിയൽ ഭ്രമം ഓർത്തുകൊണ്ടുതന്നെയാണ് ഞാനിത് പറയുന്നത്. സീരിയൽ കാണണ്ട എന്നല്ല പറയുന്നത്. കുടുംബ ബന്ധങ്ങൾക്കും കുട്ടികളുടെ പഠനത്തിനും വിഘാതമായി അരുതെന്നു മാത്രം.

ടി.വി കാണുന്ന സമയത്തിന്റെ കാര്യത്തിലെന്നപോലെ കാണുന്ന പരിപാടികളുടെ കാര്യത്തിലും ഒരു തിരഞ്ഞെടുപ്പും നിയന്ത്രണവും വേണം. കുട്ടികളുടെ ജിജ്ഞാസയെ തെറ്റായ രീതിയിൽ തൊട്ടുണർത്തുന്ന പരിപാടികളുണ്ട്. ചാനലുകാർക്ക് കുട്ടികളുടെ സ്വഭാവ രൂപീകരണമല്ല ലക്ഷ്യം. കച്ചവടമാണ്, സാമ്പത്തിക ലാഭമാണ്. മനസ്സിനെ മയക്കുവാൻ പോരുന്ന പലപല പരിപാടികളും ഉണ്ടാകും. അതുകൊണ്ട് മക്കളുടെ പ്രായത്തിനനുസൃതം ചില നിയന്ത്രണങ്ങൾ വേണ്ടിവരും. ഫിലിം ബോർഡ് പോലും പ്രായത്തെ പരിഗണിച്ച് ചില നിയന്ത്രണങ്ങൾ വെച്ചിട്ടുണ്ടല്ലോ. U, U / A, A എന്നിങ്ങനെ. ചില പരിപാടികൾ കുട്ടികൾ കാണുവാൻ പ്രതീക്ഷിക്കുന്നില്ല. ചില പരിപാടികൾ രക്ഷാകർത്താക്കളുടെ സാന്നിധ്യത്തിൽ അവരുടെ നിയന്ത്രണത്തോടും നിർദ്ദേശങ്ങളോടും കൂടിയേ കാണാനാവൂ. ഗുണപരമായും ദോഷപരമായും പാഠങ്ങൾ പകർന്നു തരുന്ന പരിപാടികൾ ഉണ്ടാകും. മാതാപിതാക്കൾ അടുത്തുണ്ടായാലേ മക്കൾക്ക് ഗുണദോഷങ്ങൾ വേർതിരിച്ച് പറഞ്ഞു കൊടുക്കാനാകൂ. മക്കൾ തനിച്ചിരുന്ന് കാണുന്ന പരിപാടികളായാലും അവർ ഏതേത് പരിപാടികളാണ്, എത്ര നേരമാണ് കാണുന്നതെന്ന് സൂക്ഷം വേണം. കൗതുകമുള്ള നിർദ്ദോഷപരമായ പരിപാടികളുണ്ടാകാം. അത് കണ്ടുകൊള്ളട്ടെ. പൊതുവിജ്ഞാനത്തിനും ശാസ്ത്രീയ ജ്ഞാനത്തിനും ഉതകുന്ന എത്രയോ ചാനലുകളാണുള്ളത്. ഉദാ:- ആനിമൽ പ്ലാനറ്റ്, ഡിസ്കവറി, നാഷണൽ ജ്യോഗ്രഫിക്. ഇവ കാണുവാൻ കുട്ടികളെ പ്രോത്സാഹിപ്പിക്കണം.

ഇങ്ങനെയൊക്കെയാണെങ്കിലും വായനയ്ക്കു പകരം നിൽക്കാൻ ടി.വിക്കോ കമ്പ്യൂട്ടറിനോ കഴിയുകയില്ല. വായിച്ച് വളരുവാൻ കുട്ടികളെ ശീലിപ്പിക്കണം. വായന ടി.വി. കാണുന്നതിനേക്കാൾ ആയാസകരമാണ്. ടി.വി. കാണുന്നതിലുള്ള രസമൊന്നും വായനയ്ക്ക് ഉണ്ടാവുകയില്ല. പക്ഷേ, വിജ്ഞാനത്തിന്റെ ആഴങ്ങളിലേക്ക് ഇറങ്ങിച്ചെല്ലാൻ വായന തന്നെ വേണം. പ്രശസ്ത കൃതികളുടെ പാരായണം വിജ്ഞാനം വർദ്ധിപ്പിക്കുന്നതോടൊപ്പം മനസ്സിനെയും സംസ്കരിക്കും.

മക്കൾ ആധുനിക സാങ്കേതികവിദ്യകളിൽ നല്ല നൈപുണ്യമുള്ളവരാകട്ടെ. എല്ലാം അവർ അറിഞ്ഞിരിക്കട്ടെ. പരിചയപ്പെടട്ടെ. വളർച്ചയ്ക്ക് ഉപകരിക്കുന്ന രീതിയിൽ അവ ഉപയോഗിക്കുവാൻ നമുക്ക് മക്കളെ പരിശീലിപ്പിക്കാം.

■

സമഗ്രവളർച്ച

മക്കളുടെ സ്വഭാവരൂപീകരണത്തിൽ അവരുടെ സമഗ്രവളർച്ചയാണ് ലക്ഷ്യം വെയ്ക്കേണ്ടത്. മിഴിവുറ്റ വ്യക്തിത്വമായിരിക്കണം ആത്യന്തിക ലക്ഷ്യം. കുറേ ബിരുദങ്ങൾ വാരിക്കൂട്ടിയതുകൊണ്ട് വ്യക്തിത്വം ഉണ്ടാ കണമെന്നില്ല. മൂല്യബോധത്തിൽ വളരുവാനും സമൂഹത്തിൽ അന്ത സ്സായി പെരുമാറാനും സാധിക്കണം. സംസാരത്തിലും പെരുമാറ്റത്തിലും വ്യക്തിത്വം പ്രതിഫലിക്കും. അതുകൊണ്ട് മനഃശാസ്ത്രത്തിൽതന്നെ വ്യക്തിത്വത്തെ അളക്കുന്നത് രണ്ട് മാനദണ്ഡങ്ങൾ വെച്ചുകൊണ്ടാണ്; പെരുമാറ്റ സവിശേഷതയും സ്വഭാവ സവിശേഷതയും.

ഒരാളുമായി പരിചയപ്പെടുമ്പോൾ ആദ്യം നമ്മളിൽ ഉണ്ടാക്കുന്ന അഭിപ്രായത്തെയാണ് പെരുമാറ്റ സവിശേഷതകൊണ്ട് ഉദ്ദേശിക്കുന്നത്. പെരുമാറ്റ സവിശേഷതയെ പ്രധാനമായും സ്വാധീനിക്കുന്ന ഘടകങ്ങൾ മൂന്നാണ്. വചനം, വദനം, വസനം. ഇത് മൂന്നും പ്രതിഫലിക്കുന്നത് ഒരാളുടെ പദപ്രയോഗം, മുഖഭാവം, വസ്ത്രധാരണ രീതി എന്നിവ യിലാണ്. ഇത് മൂന്നും വെച്ചാണ് ആദ്യമായി ഒരാളുമായി പരിചയ പ്പെടുമ്പോൾ മറ്റുള്ളവർ അയാളെ വിലയിരുത്തുന്നത്. പിന്നീട് കൂടുതൽ ഇടപഴകി വരുമ്പോൾ ആദ്യമുണ്ടായ അഭിപ്രായത്തിൽ വ്യത്യാസ മുണ്ടായേക്കാം. അത് സ്വഭാവം മനസ്സിലാക്കുമ്പോഴാണ്. ഈ സ്വഭാവ സവിശേഷതയാണ് ശരിയായ വിലയിരുത്തലിന് സഹായിക്കുന്നത്. സ്വഭാവ സവിശേഷത രൂപംകൊള്ളുന്നത് ഓരോരുത്തരുടെയും മൂല്യ ബോധത്തിൽനിന്നാണ്. മൂല്യബോധമാകട്ടെ മനോഭാവത്തിൽനിന്നും. കൗമാരപ്രായത്തിലാണ് മനോഭാവങ്ങൾ രൂപംകൊള്ളുന്നത്.

സമഗ്രവളർച്ചയെക്കുറിച്ച് സംസാരിക്കുമ്പോൾ പക്വതയുടെ വിവിധ മാനങ്ങളെക്കുറിച്ച് പരാമർശിക്കേണ്ടതുണ്ട്. ഒരാൾക്ക് ബുദ്ധിയും ശരീരവും മാത്രമല്ല ഉള്ളത്. മനസ്സുണ്ട്, ആത്മാവുണ്ട്. ഇവയെല്ലാറ്റിന്റേയും സന്തുലിതമായ പോഷണത്തിലാണ് സമഗ്രവളർച്ച സാധ്യമാകുന്നത്.

ബൗദ്ധിക പക്വത:

ബുദ്ധിവളർച്ച 75 ശതമാനവും അമ്മയുടെ ഗർഭപാത്രത്തിൽവെച്ച് തീരും. ശേഷിക്കുന്ന 25 ശതമാനം വളർച്ച അഞ്ചാറു വയസ്സോടെ തീരുന്നു. ആറു വയസ്സോടെ മസ്തിഷ്കത്തിന്റെ വികാസവും കോശവിഭജനവും അവസാനിക്കും. പിന്നെ ബുദ്ധി വളരുകയില്ല. മസ്തിഷ്കം വികസിക്കുന്ന പ്രായത്തിൽ ബുദ്ധിയെ പോഷിപ്പിക്കുവാൻ പോരുന്ന, ശ്രദ്ധയെ വളർത്തുവാൻ പോരുന്ന കളിക്കോപ്പുകൾ വാങ്ങിച്ചുകൊടുക്കണം. ജിജ്ഞാസയെ ഉണർത്തുവാൻ പോരുന്ന ചോദ്യങ്ങൾ ചോദിക്കണം. കുട്ടികളുടെ കൊച്ചുകൊച്ചു ചോദ്യങ്ങൾക്ക് ഉത്തരം പറയണം. കൂടുതൽ ചോദ്യങ്ങൾ ചോദിക്കുവാൻ പ്രോത്സാഹിപ്പിക്കണം.

ബുദ്ധിക്കനുസരിച്ചേ അറിവ് വളരൂ. ക്ലാസിൽ പാഠങ്ങളെടുക്കുമ്പോൾ ചില കുട്ടികൾക്ക് ഒരുവട്ടം പറഞ്ഞാൽ മനസ്സിലാകും. ചില കുട്ടികൾക്ക് മനസ്സിലാകണമെങ്കിൽ രണ്ടുവട്ടം പറയണം. ചിലരോട് മൂന്നുവട്ടം പറഞ്ഞാലും മനസ്സിലാവുകയില്ല. ഗ്രഹണശേഷി അത്രയേ ഉള്ളൂവെന്നർത്ഥം. അതുകൊണ്ട് കുട്ടികൾക്ക് പരീക്ഷകളിൽ മാർക്ക് കുറയുന്നുണ്ടെങ്കിൽ അവരെ പഴിപറയുന്നതിന് മുമ്പ് അവരുടെ ബുദ്ധിശേഷി എത്രയുണ്ടെന്ന് അളന്നറിയുന്നത് നല്ലത്. പരീക്ഷകളിൽ മാർക്ക് കുറയുന്നത് ബുദ്ധി കുറവുകൊണ്ട് മാത്രമായിരിക്കണമെന്നില്ല. വേണ്ടത്ര പഠിക്കാത്തതു കൊണ്ടാകാം, വിഷയത്തിൽ താത്പര്യമില്ലാഞ്ഞിട്ടുമാകാം.

ഗ്രഹണശേഷി ഉള്ളതുകൊണ്ട് പ്രാവർത്തികബുദ്ധി ഉണ്ടാവണമെന്നില്ല. കാര്യങ്ങൾ വായിച്ചും കേട്ടും ബുദ്ധിയിൽ സംഭരിക്കുവാനുള്ള കഴിവാണ് ഗ്രഹണശേഷി. ആർജ്ജിച്ചിട്ടുള്ള അറിവ് ജീവിത സാഹചര്യങ്ങളിൽ പ്രായോഗികമായി ഉപയോഗിക്കാനുള്ള ശേഷിയാണ് പ്രാവർത്തികബുദ്ധി. അതില്ലാത്തതുകൊണ്ടാണ് ഉയർന്ന ബുദ്ധിയും ബിരുദവുമുള്ള ചിലർ അനുദിനജീവിതത്തിൽ പരാജയപ്പെടുന്നത്. അതുകൊണ്ട് കുട്ടികളെ അനുദിനജീവിത സാഹചര്യങ്ങളുമായി കുഞ്ഞുനാൾ മുതലേ ഇണക്കിക്കൊണ്ടുവരുവാൻ ശീലിപ്പിക്കണം.

ശാരീരിക പക്വത:

കുട്ടികളുടെ ശാരീരിക വളർച്ചയിൽ മാതാപിതാക്കൾ, പ്രത്യേകിച്ചും അമ്മമാരാണ് ശ്രദ്ധ പുലർത്തേണ്ടത്. കുഞ്ഞ് ഗർഭാവസ്ഥയിലായിരിക്കുമ്പോൾ അമ്മയിൽനിന്നുമാണ് പോഷകാംശങ്ങൾ പകർന്നെടുക്കുന്നത്. ഗർഭിണിയായിരിക്കുമ്പോൾ അമ്മ കഴിക്കുന്ന ഭക്ഷണ സാധനങ്ങൾ

കുഞ്ഞിന്റെ ആരോഗ്യത്തെ ബാധിക്കും. ഗർഭാവസ്ഥയിൽ ആരോഗ്യവതി യായിരിക്കുവാൻ അമ്മമാർ ശ്രദ്ധിക്കണം. പ്രസവിച്ച് കഴിഞ്ഞാൽ മുല പ്പാലൂട്ടുന്നതിൽ പ്രത്യേകം ശ്രദ്ധവെയ്ക്കണം. കുപ്പിപ്പാലു കൊടുത്താൽ കുഞ്ഞിന്റെ വയറു നിറയും. മുലപ്പാൽ കൊടുക്കുമ്പോൾ കുഞ്ഞിന്റെ വയറും മനസ്സും ഒപ്പം നിറയും. മുലയൂട്ടുകയെന്നത് കുഞ്ഞിനും അമ്മ യ്ക്കും ഒരുപോലെ ആനന്ദം പകരുന്ന കാര്യമാണ്.

കുഞ്ഞിന് എന്ത് ഭക്ഷണം കൊടുക്കണം എന്ന് നിശ്ചയിക്കേണ്ടത് പരസ്യങ്ങളല്ല. പരസ്യക്കമ്പനികൾക്ക് നമ്മുടെ മക്കളുടെ ആരോഗ്യമല്ല ലക്ഷ്യം, അവരുടെ ഉല്പന്നങ്ങളുടെ വിറ്റഴിക്കലാണ്. കുട്ടികളുടെ രുചിയെ ചൂഷണം ചെയ്ത് ഭക്ഷണോല്പന്നങ്ങൾ ഉണ്ടാക്കുന്ന കമ്പനികളുണ്ട്. കുട്ടികളാവശ്യപ്പെടുന്ന ഭക്ഷണപദാർത്ഥങ്ങളല്ല അവർക്ക് വാങ്ങിച്ച് കൊടുക്കേണ്ടത്. അവരുടെ ആരോഗ്യത്തിന് ആവശ്യമായത് വേണം കൊടുക്കുവാൻ. ചില ഭക്ഷണ പാനീയങ്ങൾ പൊണ്ണത്തടിക്ക് കാരണമാ കുന്നുണ്ട്. തിരിച്ചറിവ് വരുന്ന കാലത്താണ് മറ്റുള്ളവർ അവരെ 'പൊണ്ണ ത്തടിയൻ', 'വീപ്പക്കുറ്റി' എന്നൊക്കെ പരിഹാസപ്പേരുകൾ വിളിക്കു മ്പോൾ അവർക്ക് നാണക്കേടാകുന്നത്. അമിതഭാരം ആരോഗ്യത്തിന് ഹാനികരമാണ്. രോഗപ്രതിരോധ ശേഷിയുള്ള ശരീരമാണ് കുട്ടികൾക്ക് വേണ്ടത്. പല്ലുതേപ്പ്, കുളി തുടങ്ങിയ കാര്യങ്ങളിൽ ശ്രദ്ധിക്കുവാൻ കുട്ടികളെ പരിശീലിപ്പിക്കണം.

വൈകാരിക പക്വത:

വികാരങ്ങളെ വിചാരംകൊണ്ട് നിയന്ത്രിക്കാനുള്ള കഴിവാണ് വൈകാ രിക പക്വത. ഈ കഴിവാണ് മനുഷ്യനെ മനുഷ്യേതര ജീവികളിൽനിന്നും വ്യത്യസ്തമാക്കുന്നത്. മനുഷ്യേതര ജീവികളെ നയിക്കുന്നത് അതത് നിമിഷങ്ങളിലെ തോന്നലുകളും വികാരങ്ങളുമാണ്. ജന്തുസഹജമായ വാസനാവിശേഷങ്ങൾ. ഈ ജന്തുസഹജമായ തോന്നലുകളെ സാഹ ചര്യങ്ങൾക്കനുസരിച്ച് ക്രമപ്പെടുത്തി, സംസ്കരിച്ച് പ്രകടിപ്പിക്കുവാനുള്ള കഴിവ് മനുഷ്യനുണ്ട്. ഈ കഴിവ് നിരന്തര ശ്രമത്തിലൂടെ ബോധപൂർവ്വം ആർജ്ജിച്ചെടുക്കേണ്ട കാര്യമാണ്. തിരിച്ചറിവു വരുന്ന കാലം മുതലേ അതിനുള്ള ശ്രമം ആരംഭിക്കണം. ഒരു രീതി രൂപപ്പെട്ടു കഴിഞ്ഞാൽ അത് മാറ്റിയെടുക്കുക പ്രയാസമായിത്തീരും.

പട്ടിയും പാമ്പുമൊക്കെ അവയെ വേദനിപ്പിച്ചവരെ ഉപദ്രവിക്കാൻ പകയോടെ കാത്തിരിക്കുമെന്ന് കേട്ടിട്ടുണ്ട്. ഈ കാത്തിരിപ്പ് വേളയിൽ പകരംപോക്കുന്നത് ഉചിതമോ അല്ലയോ എന്ന് ആലോചിക്കുവാൻ അവയ്ക്ക് കഴിയുകയില്ല. തക്കം കിട്ടുന്നതുപോലെ പ്രവർത്തിച്ചുപോകും. മനുഷ്യന് ആരിൽനിന്നെങ്കിലും ഒരു ദുരനുഭവം ഉണ്ടായാൽ എങ്ങനെ പ്രതികരിക്കണമെന്ന് ആലോചിച്ച് ഉറപ്പിക്കുവാനാകും. ഈ ആലോ ചനയ്ക്ക് ഇടംകൊടുക്കാതെ പ്രവർത്തിച്ചുപോരുന്നവരെയാണ് നാം

വികാരജീവികൾ എന്ന് വിളിക്കുന്നത്. ചിലർക്ക് ദ്വേഷ്യംവന്നാൽ പെട്ടെന്ന് ചീത്തവിളിക്കും, തെറിവിളിക്കും. ചിലപ്പോൾ തല്ലിയെന്നും കൊന്നെന്നും വരും. പിന്നീട് ആത്മാർത്ഥമായിതന്നെ പറഞ്ഞുപോകും. 'ആ അരിശത്തിന് പെട്ടെന്നങ്ങനെ ചെയ്തുപോയതാണ്, പറഞ്ഞു പോയതാണ്' എന്നൊക്കെ.

ചിലർക്ക് അരിശം വന്നാൽ അലറിവിളിക്കും, കിട്ടിയതെല്ലാം വലിച്ചെറിയും. തന്നെത്തന്നെ ഉപദ്രവിച്ചെന്നും വരും. ചിലരാകട്ടെ നിലവിട്ട് നിറുത്താതെ കരഞ്ഞുകൊണ്ടിരിക്കും. ചിലർ അരിശത്തോടെ അകത്തു കയറി വാതിൽ കുറ്റിയിട്ടിരിക്കും. വിളിച്ചാലും മിണ്ടുകയില്ല. വിവാഹിതരായവർ ഇത്തരം പ്രശ്നങ്ങളുമായി ധാരാളം എന്നെ സമീപിക്കാറുണ്ട്. അവരുടെ മാതാപിതാക്കളെ വിളിച്ച് സംസാരിക്കുമ്പോൾ അവർ സ്വകാര്യമായി സമ്മതിക്കുന്ന സത്യമാണ് "കുട്ടിക്കാലം മുതലേ അവളുടെ, അവന്റെ സ്വഭാവമാണിതെ"ന്ന്. അതെ, കുട്ടിക്കാലത്തേ വികാരങ്ങളെ നിയന്ത്രിക്കുവാൻ ശീലിച്ചില്ലെങ്കിൽ വലുതാകുമ്പോൾ നിയന്ത്രിക്കുവാൻ പ്രയാസമാകും. പതിനെട്ട്, പത്തൊമ്പത് വയസ്സോടെ പ്രതികരണരീതികൾ സ്ഥായിഭാവം പ്രാപിക്കും. അതുകൊണ്ട് വികാരപ്രകടനരീതികൾക്ക് സ്ഥായിഭാവം കൈവരും മുമ്പേ പക്വമായ രീതിയിൽ വികാരങ്ങളെ പ്രകടിപ്പിക്കുവാൻ മക്കളെ ശീലിപ്പിക്കണം.

ലൈംഗിക പക്വത:

ലൈംഗിക പക്വതയും ഉല്പാദന പക്വതയും ഒന്നല്ല. ഉല്പാദന പക്വത സൃഷ്ടജാലങ്ങൾക്ക് എല്ലാം ഉള്ളതാണ്. മനുഷ്യന് മാത്രമേ ലൈംഗിക പക്വതയുള്ളൂ. ഉല്പാദന പക്വത ഉള്ളതുകൊണ്ട് ലൈംഗിക പക്വത ഉണ്ടാകണമെന്നില്ല. ഇണചേരാനും കുഞ്ഞുങ്ങളെ ഉല്പാദിപ്പിക്കുവാനുമുള്ള ശേഷിയാണ് ഉല്പാദനപക്വത. പൂരകവർഗ്ഗത്തോട് (Opposit sex) മാന്യമായ അകൽച്ച പാലിച്ചുകൊണ്ട് ഭയലേശമെന്യേ സ്വതന്ത്രമായി ഇടപഴകാനുള്ള ശേഷിയാണ് ലൈംഗികപക്വത. കൗമാരത്തിലെത്തിയ ചില ആൺകുട്ടികൾക്ക് പെൺകുട്ടികളോടും പെൺകുട്ടികൾക്ക് ആൺകുട്ടികളോടും സംസാരിക്കുവാനും ഇടപഴകുവാനും ഭയമാണ്. പലപ്പോഴും അപകർഷതാബോധമായിരിക്കാം ഇതിന് കാരണം.

ഇനി ചിലരാകട്ടെ പൂരകവർഗ്ഗത്തോട് അമിത സ്വാതന്ത്ര്യമെടുത്ത് പെരുമാറുന്നതും കാണാം. ഇതും ലൈംഗിക പക്വതയുടെ കുറവാണ്. സംസാരഭാഷയിലായാലും ശരീരഭാഷയിലായാലും ഇതരവർഗ്ഗത്തോട് മാന്യത പുലർത്തുവാൻ കഴിയണം. ഞാൻ പ്രായപൂർത്തിയായ ഒരാളാണെന്നും പ്രായപൂർത്തിയിലെത്തിയ ഇതരവർഗ്ഗത്തിൽപ്പെട്ട ഒരാളോട് എങ്ങനെ പെരുമാറണമെന്നും ബോധം വേണം. ഈ അറിവുണ്ടെങ്കിൽ മാന്യമായ അകലം പാലിച്ചുകൊണ്ട് പൂരകവർഗ്ഗത്തോട് സ്വതന്ത്രമായി പെരുമാറുവാൻ ഒരു പ്രയാസവുമുണ്ടാവുകയില്ല. അതിനുള്ള പരിശീലനം കൗമാരത്തിലെത്തുന്ന മക്കൾക്ക് പകർന്നുകൊടുക്കണം.

ധാർമ്മിക പക്വത:

ധാർമ്മികബോധമുള്ള ഒരു സമൂഹത്തിലേ മനുഷ്യന് സമാധാനത്തിൽ ജീവിക്കുവാൻ കഴിയുകയുള്ളൂ. മൂല്യബോധത്തിൽനിന്നും രൂപപ്പെട്ടുവരുന്നതാണ് ധാർമ്മികത. മൂല്യബോധം കുട്ടികളിൽ രൂപപ്പെടുന്നത് തിരിച്ചറിവു വരുന്ന കാലം മുതലാണ്. മാതാപിതാക്കളിൽ നിന്നും കുടുംബങ്ങളിൽനിന്നും വിദ്യാലയത്തിൽനിന്നും സമൂഹത്തിൽ നിന്നും കുട്ടികൾ പതുക്കെ പതുക്കെ മൂല്യങ്ങൾ ഒപ്പിയെടുക്കുന്നു. തെറ്റേത് ശരിയേത് എന്ന് തിരിച്ചറിയുന്നു. കക്കരുത്, കള്ളം പറയരുത്, കോപ്പിയടിക്കരുത്, ചീത്തപറയരുത്, തല്ലുപിടിക്കരുത് എന്നൊക്കെ അവർ കുഞ്ഞുങ്ങൾ ആയിരിക്കെതന്നെ മനസ്സിലാക്കിയെടുക്കുന്നു. അല്പം കൂടി മുതിർന്നാൽ സാമൂഹ്യധർമ്മങ്ങളെക്കുറിച്ചും അവർ ബോധവാന്മാരാകുന്നു. ചൂഷണം, അഴിമതി, കൈക്കൂലി, കള്ളക്കടത്ത്, സ്വജനപക്ഷപാതം, മദ്യപാനം, മയക്കുമരുന്നുപയോഗം ഇവയെല്ലാം സാമൂഹ്യ തിന്മകളാണെന്ന് അവർ തിരിച്ചറിയുന്നു.

കുട്ടിക്കാലം അനുകരണത്തിന്റെ കാലമാണെന്ന് മറക്കരുത്. പല അരുതായ്കകളും കുട്ടികൾ പകർത്തുന്നത് കുടുംബാംഗങ്ങളിൽ നിന്നാണ്. മാതാപിതാക്കൾ കള്ളം പറയുന്നവരാണെങ്കിൽ മക്കളും കള്ളം പറയും. മാതാപിതാക്കൾ തെറിയും ചീത്തയും വിളിക്കുമെങ്കിൽ കുട്ടികളും അനുകരിക്കും. മാതാപിതാക്കൾക്കില്ലാത്ത മൂല്യബോധം മക്കൾക്ക് കൊടുക്കുവാനാകുകയില്ല.

രാഷ്ട്രീയ പക്വത:

കൗമാരത്തിലേക്ക് കടക്കുന്നതോടെ കുട്ടികൾ രാഷ്ട്രീയ അവബോധം കൈവരിക്കുവാൻ തുടങ്ങുന്നു. ലോകത്തിൽ മറ്റേത് സ്ഥലത്തേക്കാൾ കേരളത്തിലുള്ള കുട്ടികളാണ് രാഷ്ട്രീയ അവബോധം ഉള്ളവരും രാഷ്ട്രീയരംഗത്ത് പ്രവർത്തിക്കുന്നവരും. യഥാർത്ഥ രാഷ്ട്രീയ ജ്ഞാനവും ദിശാബോധവും പകർന്നുകൊടുത്തില്ലെങ്കിൽ അവരെ കക്ഷി രാഷ്ട്രീയക്കാർ ചെറുപ്പത്തിലെ കൊത്തിപ്പെറുക്കി കൊണ്ടുപോകും. കക്ഷി രാഷ്ട്രീയത്തിന്റെ മാർഗ്ഗത്തിലൂടെ സഞ്ചരിച്ചതുകൊണ്ട് രാഷ്ട്രീയ പക്വത കൈവരിക്കാനാകില്ല. വിഭാഗീയ ചിന്താഗതികൾക്കതീതമായി സ്വതന്ത്രമായ രാഷ്ട്രീയ കാഴ്ചപ്പാടുകൾ ഉണ്ടാക്കുവാൻ കുട്ടികളെ പഠിപ്പിക്കണം. പാർട്ടിയല്ല, രാഷ്ട്രമാണ് വലുതെന്ന് പഠിപ്പിക്കണം. രാഷ്ട്രീയ രംഗത്ത് പക്ഷം പിടിക്കാതെ പക്വമായി കാര്യങ്ങളെ വിലയിരുത്തുവാൻ മക്കളെ പ്രാപ്തരാക്കണം.

ക്ലാസ് മുറിക്ക് പുറത്ത് ഒരു ലോകമുണ്ടെന്നും ക്ലാസ് മുറിക്കുള്ളിൽ ഇരുന്നാൽ മാത്രം എല്ലാ അറിവും ലഭിക്കുകയില്ലെന്നും വിദ്യാർത്ഥി നേതാക്കൾ പഠിപ്പിക്കുന്നു. പഠിക്കുവാൻ വരുന്ന കുട്ടികളെ പെരുവഴിയിലാക്കുവാനുള്ള നേതാക്കന്മാരുടെ പഞ്ചാരപദപ്രയോഗങ്ങളാണിവ.

ക്ലാസ് മുറികൾക്കും പാഠപുസ്തകങ്ങൾക്കും പുറത്ത് ഒരു ലോകമുണ്ടെ ന്നത് സത്യം തന്നെ. പക്ഷേ, പഠനത്തിലൂടെയും വായനയിലൂടെയും ആർജ്ജിച്ചെടുക്കേണ്ട അറിവ് മറ്റെവിടെനിന്നും കിട്ടും? സമരങ്ങളെടുക്കു വാനും കല്ലെറിയുവാനും പൊതുമുതൽ നശിപ്പിക്കുവാനും രാഷ്ട്രീയ പക്വത ആവശ്യമില്ല.

ലോകത്തിലെ പ്രശസ്തരായ രാഷ്ട്രീയ നേതാക്കളെല്ലാം തന്നെ അറിവിന്റെ ഉറവിടങ്ങളായിരുന്നു. അവർ വിദ്യാർത്ഥികളായിരിക്കെ ആത്മാർത്ഥമായി പഠനത്തിൽ മുഴുകിയവരായിരുന്നു. രാഷ്ട്രീയ പ്രബുദ്ധത കൈവരിച്ചവരായിരുന്നു. ഉന്നതമായ ദർശനങ്ങളുടെ ഉടമകളാ യിരുന്നു. രാഷ്ട്രീയ പക്വത കൈവരിച്ചവരായിരുന്നു. അവരെ മാതൃക യാക്കുവാൻ മക്കളെ പഠിപ്പിക്കണം.

ആത്മീയ പക്വത:

മനുഷ്യവ്യക്തിത്വത്തിന് ഔന്നത്യവും മഹത്വവും പകർന്നു കൊടുക്കു ന്നതാണ് ആത്മീയ പക്വത. ദൈവോന്മുഖതയിൽനിന്നും ഉരുത്തിരിഞ്ഞു വരുന്നതാണ് ആത്മീയത. ആത്മീയതയും മതാത്മകതയും ഒന്നല്ല. ഏതെ ങ്കിലും ഒരു മതത്തിന്റെ ആചാരാനുഷ്ഠാനങ്ങളെ അനുവർത്തിക്കുന്നതും ആ മതത്തിന്റെ ഭാഗമായി ജീവിച്ചുവരുന്നതുമാണ് മതാത്മകത. അത് ഒരു സംവിധാനത്തിന്റെ ഭാഗമാണ്. ആത്മീയതയാകട്ടെ സംവിധാന ങ്ങൾക്കും ചട്ടക്കൂടുകൾക്കും അതീതമാണ്. ദൈവവുമായുള്ള വ്യക്തി ബന്ധത്തിൽനിന്നും വാർന്നുവീഴുന്നതാണ് ആത്മീയത. ആത്മീയ പക്വത ഉണ്ടാകുവാൻ ഏതെങ്കിലുമൊരു മതത്തിന്റെ ഭാഗമായിരിക്കണമെന്നില്ല. ഒരു മതത്തിന്റെ ഭാഗമായതുകൊണ്ട് ആത്മീയത ഉണ്ടാകണമെന്നുമില്ല. എല്ലാവിധ സങ്കുചിതാവസ്ഥകൾക്കും അതീതമായി വർത്തിക്കുന്നതാണ് ആത്മീയത. ലോകം കണ്ടിട്ടുള്ള എല്ലാ ആത്മീയ ആചാര്യന്മാരും മത ങ്ങളുടെ സങ്കുചിത വലയങ്ങളെ ഭേദിച്ച് പുറത്തു വന്നിട്ടുള്ളവരാണ്. ആത്മീയത അറ്റ് ഏതാനും ആചാരങ്ങളുടെയും അനുഷ്ഠാനങ്ങളുടെയും പുറന്തോടായിത്തീർന്ന മതങ്ങളുടെ അപ്രസക്തിയെ ചോദ്യം ചെയ്ത വരാണ് അവർ. എന്നിട്ട് ആ ആത്മീയശ്രേഷ്ഠരുടെ പേരിൽതന്നെ അനു യായികൾ എന്നവകാശപ്പെടുന്നവർ പുതിയ പുതിയ മതങ്ങൾക്ക് രൂപം നൽകി.

അതുകൊണ്ട് ദൈവം തന്ന മക്കളെ ഏതെങ്കിലും മതത്തിന്റെ ഭാഗ മായി മാത്രം വളർത്താതെ ആത്മീയതയിൽ വളർത്തുവാൻ ശ്രമിക്കണം. ഒരു മതത്തിന്റെയും ഭാഗമാകരുതെന്നല്ല ഉദ്ദേശിക്കുന്നത്. ആയാലും അല്ലെങ്കിലും നമ്മുടെ മക്കളിൽ ആത്മീയഭാവം നട്ടുവളർത്തണം. ദൈവോന്മുഖത മക്കളിലുണ്ടാകട്ടെ. നമ്മുടെ മക്കൾ യഥാർത്ഥ ദൈവ വിശ്വാസത്തിൽ വളർന്നുവന്നാൽ അവരെക്കുറിച്ച് നമുക്കൊരിക്കലും ദുഃഖിക്കേണ്ടി വരുകയില്ല. ഈ നാട് നശിപ്പിക്കുന്നത് ബുദ്ധിയും വിദ്യാഭ്യാസവും ഇല്ലാത്തവരല്ല. ഉള്ളവരാണ്, ദൈവചിന്ത ഇല്ലാത്തവർ.

ദൈവചിന്തയിൽ വേരൂന്നി വളർന്നാൽ നലം തികഞ്ഞ ഒരു തലമുറ നാമ്പു നീട്ടും. ലോകത്തിൽ സമാധാനം കൈവരും.

സാമൂഹ്യ പക്വത:

മനുഷ്യൻ ഒരു സാമൂഹ്യ ജീവിയാണ്. ഇന്നത്തെ കുട്ടികൾ വളർന്ന് വലുതായി നാളെ സമൂഹതലത്തിൽ വിവിധതരം വ്യക്തികളുമായി വിവിധ തലങ്ങളിൽ ബന്ധപ്പെടേണ്ടവരാണ്. അതിനുള്ള പരിശീലനവും പക്വതയും കുട്ടികളായിരിക്കുമ്പോൾ തന്നെ ആർജ്ജിച്ചെടുക്കേണ്ടതാണ്. അവരുടെ വ്യക്തിബന്ധങ്ങൾ ഒരു രീതിയിൽ രൂപപ്പെട്ടു കഴിഞ്ഞാൽ പിന്നെ, മാറ്റിയെടുക്കുവാൻ പ്രയാസമാണ്. വ്യക്തിബന്ധങ്ങളുടെ സ്വഭാവ മനുസരിച്ച് മനുഷ്യരെ മൂന്നു തരത്തിൽ പേരിട്ട് വിളിക്കാം: ബഹിർമുഖർ, അന്തർമുഖർ, ഉഭയസ്വഭാവികൾ. എല്ലാവരുമായി എളുപ്പത്തിൽ ഇട പഴകുന്നവരാണ് ബഹിർമുഖർ. ആരുമായും ഇടപഴകാനോ സംസാരി ക്കുവാനോ ഇഷ്ടപ്പെടാത്തവരാണ് അന്തർമുഖർ. ആരോടും അങ്ങോട്ട് ചെന്ന് പരിചയപ്പെട്ടില്ലെങ്കിലും അടുത്തു വരുന്നവരോട് ഭംഗിയായി ഇടപഴകുന്നവരാണ് ഉഭയസ്വഭാവികൾ. മനുഷ്യർ സാമൂഹ്യ ജീവി യായതുകൊണ്ട് ഉഭയസ്വഭാവികളെങ്കിലും ആയിരിക്കണം. അതുകൊണ്ട് ആരുമായും ഇടപഴകാതെ വീട്ടിനുള്ളിൽ മാത്രം കഴിയുന്ന കുട്ടികളെ ചെറുപ്പത്തിലേ മറ്റുള്ളവരുമായി ഇടപഴകുവാനും സംസാരിക്കുവാനും ശീലിപ്പിക്കണം.

ഒരു വ്യക്തിയുടെ നാനോന്മുഖമായ വളർച്ചയിലാണ് സമഗ്രവളർച്ച കൈവരുന്നത്. എല്ലാ രംഗങ്ങളിലും പൂർണ്ണത പ്രാപിക്കുകയെന്നത് തീർത്തും അസാധ്യമാണ്. എന്നാൽ പ്രായപൂർത്തിയിലെത്തുന്നതോടെ അവശ്യം രംഗങ്ങളിൽ ആവശ്യമായ പക്വത കൈവരിക്കുകയും ചെയ്യണം. അതുകൊണ്ട് നാം വിവരിച്ച എല്ലാ രംഗങ്ങളിലും മക്കളെ പ്രാപ്തരാക്കുവാൻ മാതാപിതാക്കൾ എപ്പോഴും മക്കളോടൊത്തുവേണം. തിരുത്തലുകൾ വേണമെങ്കിൽ തിരുത്തിക്കൊടുക്കണം. കഴിവുകൾ വളർത്തിയെടുക്കണം. സ്വന്തം കാലിൽ നിൽക്കുവാൻ മക്കളെ പഠിപ്പി ക്കണം.

താരതമ്യം അരുത്

വർഷങ്ങൾക്കുമുമ്പ്, എന്റെ പഠനത്തിന്റെ ഭാഗമായി കേരളത്തിൽ അങ്ങോളമിങ്ങോളം പത്താംക്ലാസ് കുട്ടികൾക്കിടയിൽ ഒരു പഠനം നടത്തി. ആൺകുട്ടികളും പെൺകുട്ടികളുമുണ്ടായിരുന്നു. ഗവൺമെന്റ് സ്കൂളുകളും സ്വകാര്യ സ്കൂളുകളുമുണ്ടായിരുന്നു. സാധാരണ സ്കൂളുകളും മീഡിയും സ്കൂളുകളുമുണ്ടായിരുന്നു. അവർക്കിടയിൽ വിതരണം ചെയ്ത ചോദ്യാവലിയിൽ ഒരു ചോദ്യം ഇതായിരുന്നു. "നിങ്ങൾക്ക് മാതാപിതാക്കളിൽനിന്നും നേരിടേണ്ടി വരുന്ന ഏറ്റവും വലിയ പ്രയാസം എന്താണ്?" പലരും വ്യത്യസ്തമായ ഉത്തരങ്ങൾ നൽകി.

- അവഗണന
- പ്രായത്തെ അംഗീകരിക്കാതിരിക്കുക
- കാരണവന്മാർ അവരുടെ കുട്ടിക്കാലത്ത് അനുഭവിച്ച കഷ്ടപ്പാടുകൾ കേൾക്കേണ്ടി വരുക
- എപ്പോഴും സംശയത്തോടെ നോക്കിക്കാണുക.
- എത്ര പഠിച്ചാലും മതിയായില്ലെന്ന പരിഭവം.

ഇങ്ങനെ പലരും പല പ്രയാസങ്ങൾ എഴുതിക്കണ്ടു. എന്നാൽ ഏറ്റവും അധികം പേരും എഴുതിയ പ്രയാസം അവരെ മറ്റുള്ളവരുമായി താരതമ്യം ചെയ്ത് സംസാരിക്കുന്നു എന്നുള്ളതാണ്. തന്നെയുമല്ല, കുട്ടികളിൽ 90% പേരും ഈ പ്രശ്നമാണ് ആദ്യമായി എഴുതിയിരുന്നത്.

താരതമ്യം ചെയ്യുക എന്നത് ഏറ്റവും അർത്ഥരഹിതവും അശാസ്ത്രീയവുമായ കാര്യമാണ്. ഓരോരുത്തരും ഓരോരോ വ്യക്തിത്വങ്ങളുടെ ഉടമകളാണ്. രൂപസാദൃശ്യത്തിലും സ്വഭാവത്തിലും ഒരാളും മറ്റൊരാളെപ്പോലെയല്ല. ഏകാണ്ഡ ഇരട്ടകളിൽ (Identical twins) പോലും സൂക്ഷിച്ചു നോക്കിയാൽ വ്യത്യാസങ്ങൾ കണ്ടെത്താനാകും. അങ്ങനെയിരിക്കെ ഒരു കുട്ടിയെ മറ്റൊരു കുട്ടിയുമായി താരതമ്യം ചെയ്യുന്നതിൽ എന്താണർത്ഥം? താരതമ്യം ചെയ്ത് സംസാരിക്കുന്നത് കുട്ടികൾക്ക് ചെള്ള് കടിക്കുന്നതുപോലെയും ദേഹത്ത് തേരട്ട ഇഴഞ്ഞ് കയറുന്നതു പോലെയുമാണ്. താരതമ്യം ചെയ്യുന്നത് കേൾക്കുമ്പോൾ പരസ്യമായി

അവർ പ്രതികരിച്ചില്ലെങ്കിലും മനസ്സിൽ അവർക്ക് മുറുമുറുപ്പാണ്. മറ്റുള്ളവരിൽ നിന്നും ഭിന്നവും വ്യത്യസ്തമായ വ്യക്തിത്വമാണ് ഓരോരുത്തർക്കുള്ളത്. അവരായിരിക്കുന്ന രീതിയിൽ വളരുവാൻ വേണം കുട്ടികളെ പ്രോത്സാഹിപ്പിക്കേണ്ടത്. 'അവനെപ്പോലെയാകുവാനും ഇവളെപ്പോലെയാകുവാനും' കുട്ടികളോട് ആവശ്യപ്പെടുന്നത് അവരെ നശിപ്പിക്കുന്നതിന് തുല്യമാണ്. അവരുടെ വ്യക്തിത്വത്തെ ഇല്ലായ്മ ചെയ്കലാണ്.

പത്തുവയസ്സാകുന്നതോടെയാണ് കുട്ടികൾ തങ്ങളെത്തന്നെ നോക്കിക്കാണുവാനും അറിയുവാനും തുടങ്ങുന്നത്. എന്റെ ഉയരമെത്രയാണ്, എന്റെ നിറമെന്താണ്?, എന്റെ മുഖം എങ്ങനെയുണ്ട്?, മുടി എങ്ങനെയുണ്ട്?, കാണുവാൻ സുന്ദരനാണോ?, സുന്ദരിയാണോ? എന്നൊക്കെ ആലോചിക്കുവാൻ തുടങ്ങുന്ന പ്രായം. തന്റെ കഴിവുകളെക്കുറിച്ചും കുറവുകളെക്കുറിച്ചും ചിന്തിക്കുവാൻ തുടങ്ങുന്ന പ്രായം. ഈ പ്രായത്ത് അവരുടെ കഴിവുകളെ കണ്ടുപിടിച്ച് വളർത്തുവാനും കുറവുകളെ കണ്ടുപിടിച്ച് സ്വീകരിക്കുവാനും അവരെ പഠിപ്പിക്കണം. ചില കുട്ടികൾ അവരുടെ കുറവുകളെക്കുറിച്ച് അതീവ ഉത്കണ്ഠാകുലരാണ്. അതിൽ ദുഃഖിതരായി അവരുടെ കഴിവുകൾ വളർത്തിയെടുക്കുന്നതിൽ പരാജയപ്പെടുന്നു.

ഈ പ്രായത്തിൽ അനാവശ്യമായ താരതമ്യചിന്ത കുട്ടികളിൽ കൂടുകൂട്ടുന്നു. കൂട്ടുകാരുമായി തങ്ങളെത്തന്നെ താരതമ്യം ചെയ്യുന്നു. ഇത് ചിലപ്പോൾ അപകർഷതാബോധത്തിലേക്ക് അവരെ ആനയിച്ചേക്കും. പിന്നീട് ഈ അപകർഷതാബോധത്തിൽനിന്നും കരകയറുവാൻ കഴിയാതെയും വരുന്നു. അതിന്റെ ഫലമായി അവരുടെ കഴിവുകൾ വളർത്തിയെടുക്കുന്നതിൽ പരാജയം സംഭവിക്കുന്നു. തന്റെ കൂട്ടുകാരനെപ്പോലെ, കൂട്ടുകാരിയെപ്പോലെ പാട്ടുപാടുവാൻ കഴിയുന്നില്ലല്ലോ, പ്രസംഗിക്കുവാൻ

കഴിയുന്നില്ലല്ലോ, പടം വരയ്ക്കുവാൻ കഴിയുന്നില്ലല്ലോ, അഭിനയിക്കുവാൻ കഴിയുന്നില്ലല്ലോ, ഡാൻസ് ചെയ്യുവാൻ കഴിയുന്നില്ലല്ലോ, കായിക മത്സരങ്ങളിൽ വിജയിക്കുവാനാകുന്നില്ലല്ലോ എന്നുള്ള ചിന്തകൾ അവരെ ദുഃഖിതരാക്കുന്നു. ഈ താരതമ്യചിന്ത അവരെ ദുഃഖിതരാക്കുന്നതോടൊപ്പം തങ്ങളിലുള്ള കഴിവുകൾ കാണുവാനോ വളർത്തുവാനോ കഴിയാതെയും വരുന്നു. ഒരാൾക്ക് പാടുവാൻ കഴിയില്ലായിരിക്കാം. പക്ഷേ, പ്രസംഗിക്കുവാൻ കഴിവുകാണും. ഒരാൾക്ക് കായിക വിനോദങ്ങളിൽ കഴിവില്ലായിരിക്കാം. പക്ഷേ, ലളിത കലകളിൽ മികവ് കണ്ടേക്കാം. ഓരോരുത്തർക്കും ദൈവം കൊടുത്തിരിക്കുന്ന കഴിവുകൾ കണ്ടെത്തി വളർത്തിയെടുക്കുവാനാണ് ശ്രമിക്കേണ്ടത്. അതിന് മക്കളെ മാതാപിതാക്കൾ കുഞ്ഞുനാൾ മുതലേ സഹായിക്കണം.

മക്കളിൽ നിഷ്ണാതമായിരിക്കുന്ന കഴിവുകൾ കണ്ടെത്തി വളർത്തുന്നതിനു പകരം ചില മാതാപിതാക്കൾ, ബന്ധത്തിലോ പരിചയത്തിലോ ഉള്ള മറ്റു കുട്ടികൾ പങ്കെടുക്കുന്ന പരിപാടികളിൽ പങ്കെടുക്കുവാൻ പ്രേരിപ്പിക്കുന്നു. ചിലപ്പോൾ മക്കളെ അതിനായി നിർബ്ബന്ധിക്കുകയും ചെയ്യുന്നു. മക്കൾക്ക് ആ രംഗത്ത് ജന്മസിദ്ധമായ അഭിരുചിയുണ്ടോ എന്ന് ആലോചിക്കുകപോലും ചെയ്യുന്നില്ല. എനിക്ക് പരിചയമുള്ള ഒരു മമ്മി ചെയ്തുവെച്ച അബദ്ധം പറയാം. അവരൊരു ഫ്ളാറ്റിലാണ് താമസിക്കുന്നത്. അതേ ഫ്ളാറ്റിൽ താമസിക്കുന്ന അവരുടെ കൂട്ടുകാരിയുടെ നാലുവയസ്സുള്ള മകളെ പട്ടണത്തിലെ ഒരു ഡാൻസ് സ്കൂളിൽ ചേർത്തിരുന്നു. അതറിഞ്ഞ നമ്മുടെ കഥാപാത്രമായ മമ്മി അതേ പ്രായമുള്ള അവരുടെ മകളേയും ആ ഡാൻസ് സ്കൂളിൽ ചേർക്കാൻ തീരുമാനിച്ചു. ഈ കുട്ടിക്കാകട്ടെ താളബോധം അല്പം പോലുമില്ലായിരുന്നു. ഒന്നു രണ്ടു ദിവസത്തിനുശേഷം ഡാൻസ് മാസ്റ്റർ ആ മമ്മിയെ വിളിച്ച് പറഞ്ഞു. "നിങ്ങളുടെ കുട്ടിക്ക് താളബോധം ഒട്ടുമില്ല. ഡാൻസ് പഠിപ്പിക്കുവാൻ എളുപ്പമല്ല." അപ്പോൾ ആ മമ്മി ഡാൻസ് മാസ്റ്ററോടു പറഞ്ഞു: "എന്റെ മകൾക്കും മറ്റേ കുട്ടിക്കും ഒരേ പ്രായമാണല്ലോ" എന്ന്. ഒരുപക്ഷേ, ഡാൻസ് മാസ്റ്റർ ആ ഉത്തരം കേട്ട് ഉള്ളിൽ ചിരിച്ചു കാണുമായിരിക്കും.

മരണംവരെ നിരാശയിലേക്കും അസംതൃപ്തിയിലേക്കും ആനയിക്കുന്ന മാരകരോഗമാണ് താരതമ്യചിന്ത. അസൂയയും അഹങ്കാ രവും നിരാശയുമാണ് അതിന്റെ ബാക്കിപത്രം. തനിക്ക് മറ്റുള്ളവരോട് ഒപ്പമോ അവർക്ക് മുന്നിലോ എത്തുവാൻ കഴിയുന്നില്ലല്ലോ എന്ന ചിന്ത നിരാശരാക്കുന്നു. താൻ മറ്റുള്ളവരേക്കാൾ മുൻപിലാണെന്ന ചിന്ത അവരെ അഹങ്കാരികളാക്കുന്നു. തനിക്ക് താനായാൽ മതിയെന്നും താൻ ആരേക്കാളും ചെറുതുമല്ല, വലുതുമല്ല എന്ന ചിന്ത ഒരാളെ സംതൃപ്തനാക്കുന്നു. അവിടെ അസൂയയ്ക്കോ അപകർഷതാബോധത്തിനോ ഇടയില്ല. അവർ ചകിതരോ പുളകിതരോ ആകുകയില്ല.

വീട്ടിൽ മാതാപിതാക്കൾക്കിടയിലുള്ള സംസാരവും മക്കളോടുള്ള സംസാരവുമാണ് കുട്ടികളിൽ കുട്ടിക്കാലം മുതലേ താരതമ്യ ചിന്ത കുത്തിവെക്കുന്നത്. സ്വത്തിന്റെയും സുഖസൗകര്യങ്ങളുടെയും കാര്യത്തിൽ ബന്ധുക്കളോടും അയൽപക്കക്കാരോടും തങ്ങളെത്തന്നെ താരതമ്യപ്പെടുത്തി സംസാരിക്കുന്നത് കുട്ടികൾ കേൾക്കുന്നു. 'താരതമ്യേന' എന്ന ചിന്ത അവരിൽ വേരുറയ്ക്കുന്നു. എല്ലാ കാര്യങ്ങളിലും മറ്റുള്ളവരേക്കാൾ മെച്ചപ്പെട്ട അവസ്ഥയിൽ കഴിയുന്നതാണ് അന്തസ്സും അഭിമാനവുമെന്ന വ്യർത്ഥചിന്ത ചിലപ്പോൾ കുട്ടികൾ കടന്നുകൂടിയേക്കാം. ദൈവം ആക്കിയിരിക്കുന്ന അവസ്ഥയിൽ, അദ്ധ്വാനിച്ച് ആത്മാർത്ഥമായി ജീവിക്കുന്നതാണ് യഥാർത്ഥ അന്തസ്സെന്ന ആശയം കുട്ടിക്കാലം മുതലേ മക്കൾക്ക് പകകർന്നുകൊടുക്കുവാൻ മാതാപിതാക്കൾക്ക് കഴിയണം. മറ്റുള്ളവരുമായി താരതമ്യം ചെയ്യാതെ തങ്ങളുടെ കുറവുകളെ അംഗീകരിച്ച് കഴിവുകളെ പരമാവധി വളർത്തിയെടുക്കുന്ന സ്വഭാവം കുട്ടികളിൽ വാർത്തെടുക്കണം. മറ്റു കുട്ടികളുടെ മാർക്ക്വെച്ചും കഴിവുകൾവെച്ചും നമ്മുടെ മക്കളുടെ യോഗ്യതയെ അളക്കാതിരിക്കാം. സ്വന്തം സഹോദരങ്ങ ൾ തമ്മിലായാലും സഹപാഠികൾ തമ്മിലായാലും മക്കളെ താരതമ്യം ചെയ്യരുത്. മറ്റുള്ളവരെ ചൂണ്ടിക്കാട്ടി അവരെപ്പോലെ ആകുവാൻ ആവശ്യപ്പെടരുത്. ഓരോ കുഞ്ഞും അവരായിത്തന്നെ വളരട്ടെ. ■

ചിട്ടയുള്ള ജീവിതം

ചിട്ടയുള്ള ജീവിതം കാര്യക്ഷമതയുടെയും കാര്യപ്രാപ്തിയുടെയും വ്യക്തമായ തെളിവാണ്. ചിട്ടയോടുകൂടി കാര്യങ്ങൾ ചെയ്തു നോക്കൂ, എല്ലാത്തിനും സമയം കാണും. ഞാൻ ഒരു ഉദാഹരണം പറയാം. നമ്മൾ ഒരു യാത്രയ്ക്ക് ഒരുങ്ങുകയാണ്. രണ്ടു മൂന്നു ദിവസം നീളുന്ന യാത്ര. വണ്ടി വരുവാനുള്ള നേരമായി. കൊണ്ടുപോകുവാനുള്ള പെട്ടി തുറന്ന് ആവശ്യമുള്ള സാധനങ്ങൾ പെട്ടിയിൽ വലിച്ചുവാരിയിട്ടു. പെട്ടിയിൽ സ്ഥലമില്ല. പെട്ടി അടയ്ക്കാനുമാകുന്നില്ല. ഇനി ശ്രദ്ധിക്കൂ. തിടുക്കം കൂട്ടാതെ പെട്ടിയിൽ ഓരോന്നോരോന്നായി അടക്കിയൊതുക്കി വെച്ചു നോക്കുക. പെട്ടിയിൽ സ്ഥലം ബാക്കി കാണും. വലിച്ചുവാരിയിട്ടതു കൊണ്ടാണ് സ്ഥലമില്ലാതെ പോയത്. തിടുക്കപ്പെട്ട് ചെയ്തതുകൊണ്ടാണ് എല്ലാം വലിച്ചുവാരിയിടേണ്ടി വന്നത്. ജീവിതചര്യയുടെ കാര്യത്തിലും ഇതുതന്നെയാണ് സംഭവിക്കുന്നത്.

ഉന്നതരും പ്രശസ്തരുമായ ലോകനേതാക്കളുടെ ജീവചരിത്രം പഠിക്കൂ. അവർക്ക് ഏറെ കാര്യങ്ങൾ ചെയ്യുവാൻ കഴിഞ്ഞത് വ്യക്തമായ ദിനചര്യ ഉണ്ടായിരുന്നതുകൊണ്ടാണ്. ഉത്തരവാദിത്വമുള്ള ഭാരിച്ച ഭരണച്ചുമതല നിറവേറ്റുന്ന കാലത്തും അവർക്ക് വായനയ്ക്കും വ്യായാമത്തിനുമടക്കം കൃത്യമായ സമയമുണ്ടായിരുന്നു. ഗാന്ധിജി എന്നും പുലരും മുമ്പെ ഉണരുമായിരുന്നു. പ്രഭാതകൃത്യങ്ങൾക്കു ശേഷം നടക്കുവാനും പ്രാർത്ഥിക്കുവാനും ധ്യാനിക്കുവാനുമൊക്കെ കൃത്യം കൃത്യം സമയമുണ്ടായിരുന്നു. മരിക്കും നാൾ വരെ നെഹ്റു ശീർഷാസനം ചെയ്യുമായിരുന്നുവത്രെ. വ്യായാമത്തിനും വായനയ്ക്കും കൃത്യ സമയമുണ്ടായിരുന്നു. വായനയ്ക്കേറെ സമയം മാറ്റിവെച്ചിരുന്നതു കൊണ്ടാണ് വിൻസ്റ്റൻ ചർച്ചിൽ ഇത്ര വലിയ വിജ്ഞാനിയും വാഗ്മിയുമായിത്തീർന്നത്.

നമ്മുടെ അവസ്ഥയെന്താണ്? ഒന്നിനും സമയമില്ല. ചില സ്ത്രീകൾ പറയുന്നതു കേൾക്കാം. "ഒരു ദിവസമെങ്കിലും ഒന്നു നേരത്തെ കിടന്നുറങ്ങാമെന്ന് കൊതിക്കാറുണ്ട്. പക്ഷേ, കഴിയണ്ടേ. ചില ദിവസം എല്ലാം കഴിയുമ്പോൾ മേലുകഴുകാൻ പോലും നേരം കിട്ടുകയില്ല. അലച്ചിലോട് അലച്ചില്. മരണംവരെ എന്റെ അവസ്ഥ ഇതായിരിക്കുമെന്നാ തോന്നുന്നത്." ഈയിടെ കൗൺസിലിങ്ങിനുവന്ന ഒരു സ്കൂൾ ടീച്ചർ

നല്ല മാതാപിതാക്കളാകുവാൻ

പറഞ്ഞത് ഓർക്കുന്നു. "ഒരു ദിവസമെങ്കിലും ഹെഡ്മിസ്ട്രസ്സിന്റെ കറുത്ത മുഖം കാണാതെ കൃത്യസമയത്ത് സ്കൂളിൽ എത്തണമെന്ന് ആഗ്രഹമുണ്ട്. അതെങ്ങനെയാ, എത്ര നേരത്തെ എഴുന്നേറ്റാലും എല്ലാം കഴിഞ്ഞു വരുമ്പോൾ ഇറങ്ങുവാൻ വൈകും."

ഇങ്ങനെ ആത്മാർത്ഥമായി പരിഭവങ്ങൾ പറയുന്ന ഏറെ പേരെ എനിക്കറിയാം. എന്നാൽ ഇതേ ജോലികൾ ചെയ്യുന്ന ചില അമ്മമാർക്ക് എല്ലാറ്റിനും സമയമുണ്ട്. എല്ലാ ജോലികളും കൃത്യമായി ചെയ്തു തീർക്കും. അവർക്ക് മക്കളോടൊത്ത് ഇരിക്കുവാനും മിണ്ടാനും എല്ലാറ്റിനും സമയമുണ്ട്. എന്താ കാരണം? അവർക്ക് കൃത്യമായ ഒരു ദിനചര്യയുണ്ട്. ചെറുപ്പത്തിലേ ശീലിച്ചെടുത്താൽ എല്ലാം സാധിക്കും. പഴുക്കവെറ്റില തിന്നുന്ന മുത്തശ്ശിയുടെ അവസ്ഥയാണ് പലർക്കും. വെറ്റില അടുക്കിന്റെ പുറത്തിരിക്കുന്ന പഴുക്കവെറ്റില എടുത്ത് മുത്തശ്ശി മുറുക്കും. നാളെയാകുമ്പോൾ അടുത്ത വെറ്റില പഴുത്തിരിക്കും. ഒരു ദിവസമെങ്കിലും പഴുത്തവെറ്റില എടുത്തു കളഞ്ഞാൽ എന്നും പുതിയ വെറ്റില ഉപയോഗിച്ച് മുറുക്കുവാൻ കഴിയും.

നമ്മളിൽ പലരും ഈ മുത്തശ്ശിയെപോലെയാണ്. ഇന്നലെ ചെയ്യേണ്ടത് ഇന്ന് ചെയ്യും. അപ്പോൾ ഇന്നു ചെയ്യാനുള്ളത് ചെയ്യാനുള്ള സമയം കിട്ടാതെ വരും. സത്യം പറഞ്ഞാൽ എന്നും നാം കട്ടു ജീവിക്കുന്നവരാണ്. ഇന്നലത്തെ കാര്യങ്ങൾ ചെയ്യുവാൻ വേണ്ടി ഇന്നത്തെ സമയം കട്ടെടുക്കുന്നു. ഇതുകണ്ടാണ് നമ്മുടെ മക്കൾ വളരുന്നത്. അന്നന്ന് പഠിക്കേണ്ട പാഠങ്ങൾ അന്നന്ന് പഠിക്കുന്നില്ല. അന്നന്ന് ചെയ്തു തീർക്കേണ്ട ഗൃഹപാഠങ്ങൾ ചെയ്തുതീർക്കാതെ അദ്ധ്യാപകരുടെ ശകാരം കേൾക്കേണ്ടി വരുന്നു.

കുട്ടികൾക്ക് അത്യാവശ്യം വേണ്ട ഒന്നാണ് കൃത്യമായ ദിനചര്യ. എപ്പോൾ ഉറങ്ങണം? എപ്പോൾ ഉണരണം? എപ്പോൾ പഠിക്കണം? എപ്പോൾ ഭക്ഷിക്കണം? എപ്പോൾ ടി.വി. കാണണം? എല്ലാറ്റിനും കൃത്യമായ സമയം വേണം. പഠനത്തിൽ പിന്നോക്കമായി എന്റെ അടുത്തുവരുന്ന കുട്ടികളെ ഞാൻ പ്രധാനമായും സഹായിക്കുന്നത് അവർക്ക് കൃത്യമായ ഒരു ദിനചര്യ ഉണ്ടാക്കിക്കൊടുത്തുകൊണ്ടാണ്. നിയതമായ ഒരു ദിനചര്യ ഉണ്ടെങ്കിൽ എല്ലാറ്റിനും സമയമുണ്ടാകും. അല്ലെങ്കിൽ എല്ലാം വൈകി ചെയ്യുക എന്നത് സ്വഭാവമായിത്തീരും. അതൊരു സ്വഭാവമായാൽ വലുതായാലും ആ സ്വഭാവം മാറ്റിയെടുക്കുക പ്രയാസമായിത്തീരും.

ഉത്തരവാദിത്വമുള്ള, ഉയർന്ന പദവികളിൽ ഇരിക്കുന്നവരെ നിങ്ങൾ ശ്രദ്ധിച്ചിട്ടുണ്ടോ? ചിലരുണ്ട്, എത്ര ജോലിത്തിരക്കുള്ളവരായാലും സമയം പാലിക്കും. പരിപാടികൾക്ക് കൃത്യസമയത്ത് എത്തിച്ചേരും. എന്നാൽ ചിലരുണ്ട്, ഒരിക്കലും കൃത്യസമയത്ത് പരിപാടിക്ക് എത്തിച്ചേരുകയില്ല. കുട്ടിക്കാലത്തേ വളർത്തിയെടുത്ത ശീലമാണ്. 'ചൊട്ടയിലെ ശീലം ചുടലവരെ'. ഒരു പരിശീലനക്കളരിയിൽ എനിക്കൊപ്പം ക്ലാസെടുക്കുവാൻ വന്നിരുന്ന ഒരദ്ധ്യാപകനെ എനിക്കറിയാം. ഏറെ ഉയർന്ന

ബിരുദങ്ങളുടെ ഉടമയാണ്. ആഴ്ചയിൽ ഒരിക്കൽ എന്നും എന്റെ ക്ലാസിനു ശേഷമാണ് അദ്ദേഹത്തിന്റെ ക്ലാസ്. ഒരു വർഷത്തിലധികം ഞങ്ങൾ ഒരുമിച്ച് ജോലി ചെയ്തിട്ടുണ്ട്. ഒരു ദിവസവും കൃത്യസമയത്ത് അദ്ദേഹം എത്താറില്ല. ഓരോ ആഴ്ചയും ഉത്തരവാദിത്തപ്പെട്ടവർ അദ്ദേഹത്തിന്റെ വീഴ്ച അയാളെ ഓർമ്മിപ്പിക്കും. അദ്ദേഹം സോറി പറഞ്ഞ്, അടുത്താഴ്ച മുതൽ സമയം പാലിക്കാം എന്ന് വാക്കുകൊടുക്കും. പക്ഷേ, ഒരാഴ്ചയും വാക്കു പാലിച്ചിട്ടില്ല. അവസാനം അതിന്റെ ഫലമായി അദ്ദേഹത്തിന് ആ ജോലിയിൽ നിന്നും പുറത്തുപോകേണ്ടി വരുന്നു.

ആഗ്രഹമുണ്ടെങ്കിൽ എല്ലാറ്റിനും സമയം കാണും. സമയനിഷ്ഠയും കാണും. പത്താംക്ലാസ് പരീക്ഷ കഴിഞ്ഞിരിക്കുന്ന ഒരു മകളെ ഭാവി പഠനത്തെക്കുറിച്ച് ആലോചിക്കുവാൻ എന്റെ അടുത്ത് കൊണ്ടുവന്നത് ഞാനോർക്കുന്നു. ഇന്നവൾ സിവിൽ സർവ്വീസിൽ ജോലി ചെയ്യുന്നു. പത്താം ക്ലാസിൽ പഠിക്കുന്ന കാലത്തുതന്നെ ആ മിടുക്കി അഞ്ച് പത്രങ്ങൾ വായിക്കുമായിരുന്നു. രണ്ട് ഇംഗ്ലീഷ്പത്രങ്ങളും മൂന്ന് മലയാളപത്രങ്ങളും. തന്നെയുമല്ല, പ്രധാനപ്പെട്ട വാർത്തകളും ചിത്രങ്ങളും വെട്ടിയെടുത്ത് സൂക്ഷിക്കുകയും ചെയ്തിരുന്നു. അതിനെല്ലാം സമയം കണ്ടെത്തുമായിരുന്നു. അതേസമയം പത്താംക്ലാസിൽ പഠിക്കുന്ന ചിലർക്ക് പാഠഭാഗങ്ങൾ പോലും വായിക്കുവാൻ സമയമില്ല. സമയം പാഴാക്കി കളഞ്ഞ് ഒടുക്കം പരിഭവിക്കും. 'ഒന്നിനും സമയമില്ല. അവർ ഒരിടത്തും എത്തുകയുമില്ല.'

സമയത്തിന്റെ കാര്യത്തിൽ മാത്രമല്ല, എല്ലാ കാര്യങ്ങളിലും ചിട്ടയും ക്രമവുമുണ്ടാകണം. അടക്കും ചിട്ടയുമില്ലാത്ത ജീവിതം കുത്തഴിഞ്ഞ പുസ്തകം പോലെയാണ്. ചില വീടുകളിൽ അത്യാവശ്യത്തിന് ഒരു പേന അന്വേഷിച്ചാൽ കാണുകയില്ല. കത്തിയോ കത്രികയോ അന്വേഷിച്ചാൽ കിട്ടുകയില്ല. ഒന്നുംവേണ്ട, അല്പം നൂല്, ഒരു സൂചി കണ്ടുപിടിക്കുവാൻ പ്രയാസം. ഓരോരുത്തരും അവരുടെ ആവശ്യങ്ങൾ കഴിഞ്ഞാൽ അത് അവിടെയിടും. ഓരോന്നും വെയ്ക്കുവാൻ ഒരു നിശ്ചിത സ്ഥലം ഉണ്ടാകുകയും ആവശ്യങ്ങൾ കഴിഞ്ഞാൽ അത് അതത് ഇടത്ത് തിരിച്ച് വെച്ച് ശീലിക്കുകയും ചെയ്താൽ ഈ പ്രയാസം കാണുകയില്ല.

മാതാപിതാക്കളെ കണ്ടാണ് മക്കൾ പഠിക്കുക. അതുകൊണ്ട് നമ്മൾ മാതാപിതാക്കൾ തന്നെ ചിട്ടയുള്ള ഒരു ജീവിതരീതി ശീലിക്കണം. പുലരും മുമ്പേ കൃത്യസമയത്ത് എണീക്കുന്നു. അല്പനേരം പ്രാർത്ഥിക്കുന്നു. പുതപ്പും വിരിയുമൊക്കെ കൃത്യമായി അടക്കി ഒതുക്കി വെക്കുന്നു. പ്രഭാത കൃത്യങ്ങൾ നിർവ്വഹിക്കുന്നു. അച്ഛനുമമ്മയും അവരുടെ ജോലികൾ കൃത്യമായി ചെയ്യുന്നു. അത് മക്കൾ കണ്ട് പഠിക്കും. മാതാപിതാക്കൾ പറഞ്ഞുകൊടുക്കുന്നതിനേക്കാൾ ചെയ്ത് കാണിക്കുന്നതാണ് അവരുടെ മനസ്സിൽ പതിയുക. വളരുന്ന ഘട്ടത്തിൽ പ്രായത്തിനനുസരിച്ച് കാര്യങ്ങൾ ചിട്ടയോടെ ചെയ്യുവാൻ ശീലിപ്പിക്കാത്തതുകൊണ്ടാണ് വിവാഹാനന്തരം പ്രയാസം ഉണ്ടാകുന്നത്. വിജ്ഞാനത്തിലെന്നപോലെ വിവേകത്തിലും മക്കൾ വളരട്ടെ, അവർ പ്രാപ്തരായി തീരട്ടെ. ■

ഇഷ്ടം പ്രേമം സ്നേഹം

ചിലപ്പോഴെങ്കിലും സമാനാർത്ഥത്തിൽ ഉപയോഗിച്ചു വരുന്ന വാക്കുകളാണ് 'ഇഷ്ടം', 'പ്രേമം', 'സ്നേഹം'. 'അവർ തമ്മിൽ ഇഷ്ടത്തിലാണ്', 'അവർ തമ്മിൽ പ്രേമത്തിലാണ്', 'അവർ തമ്മിൽ സ്നേഹത്തിലാണ്' എന്നൊക്കെ പറയുമ്പോൾ അവർ തമ്മിൽ പ്രത്യേക അടുപ്പത്തിലാണെന്ന് കേൾക്കുന്നവർക്ക് മനസ്സിലാകുന്നു. എന്നാൽ കൃത്യമായി പറഞ്ഞാൽ ഇഷ്ടവും പ്രേമവും സ്നേഹവും ഒന്നുംതന്നെയല്ല.

ഇഷ്ടമായതുകൊണ്ട് സ്നേഹമുണ്ടാകണമെന്നില്ല. ഇഷ്ടം കിട്ടുന്നതിലാണ്. സ്നേഹം കൊടുക്കുന്നതിലാണ്. എനിക്ക് എന്തിനോടെങ്കിലും ആരോടെങ്കിലും ഇഷ്ടമുണ്ടായെന്ന് വരാം. ഇഷ്ടമുണ്ടെങ്കിൽ അത് കിട്ടണം. എനിക്ക് ആപ്പിൾ ഇഷ്ടമാണ്, എനിക്ക് പൂവൻപഴം ഇഷ്ടമാണ്, എനിക്ക് പട്ടുടുപ്പ് ഇഷ്ടമാണ്, എനിക്ക് വിനോദയാത്ര ഇഷ്ടമാണ്, എനിക്ക് ജിലേബി ഇഷ്ടമാണ്, എനിക്ക് പൊറോട്ടയും കോഴിക്കറിയും ഇഷ്ടമാണ്. ഇതെല്ലാം ഇഷ്ടങ്ങളാണ്. ഇഷ്ടമുള്ളതെല്ലാം കിട്ടണം. വസ്തുക്കളുടെ കാര്യത്തിലെന്ന പോലെ വ്യക്തികളുടെ കാര്യത്തിൽ ഇഷ്ടമുണ്ടാകാം. എനിക്ക് ആ പെൺകുട്ടിയെ ഇഷ്ടമാണ്, ആ ചെറുക്കനെ ഇഷ്ടമാണ്. പെൺകുട്ടിയെ എന്റേതായി കിട്ടണം, ചെറുക്കനെ എന്റേതായി കിട്ടണം. പെൺകുട്ടിക്ക് എന്തെങ്കിലും ചെയ്തു കൊടുക്കണം, ചെറുക്കന് എന്തെങ്കിലും ചെയ്തുകൊടുക്കണമെന്ന് ചിന്തിക്കുന്നില്ല. അഥവാ, എന്തെങ്കിലും ചെയ്തു കൊടുക്കുന്നുണ്ടെങ്കിൽ അതിലൂടെ അവളെ, അവനെ തന്നോട് അടുപ്പിച്ചുനിർത്തുവാനും തന്റേതു മാത്രമാക്കി മാറ്റാനുള്ള സ്വാർത്ഥോദ്ദേശ്യമാണ്. അതുകൊണ്ടാണ് അവർക്കായി സമയമോ സമ്പത്തോ ചെലവഴിച്ചിട്ട് അതിന് ആനുപാതികമായ, പ്രതീക്ഷിച്ചത്ര പ്രതിഫലം കിട്ടിയില്ലെങ്കിൽ ശണ്ഠയുണ്ടാകുന്നത്. പിണക്കവും വഴക്കും ഉണ്ടാകുന്നത്. കൊലപാതകംവരെ സംഭവിക്കുന്നത്. ഇഷ്ടത്തിലായിരുന്ന വ്യക്തിയുടെ മുഖത്ത് ആസിഡ് ഒഴിക്കുന്നു. പെട്രോളൊഴിച്ച് കത്തിക്കുന്നു. കൊന്ന് കൊക്കയിലെറിയുന്നു. ഇത്തരം അവസരങ്ങളിലെല്ലാം മാധ്യമങ്ങളുടെ ചിരപരിചിതമായ നിരർത്ഥകമായ ഒരു പദപ്രയോഗമുണ്ട്. 'പ്രേമാഭ്യർത്ഥന നിരസിച്ചതിന്'. എവിടെ പ്രേമം?

പ്രേമമുണ്ടെങ്കിൽ സ്നേഹമുണ്ടാകും. സ്നേഹമുള്ളവരെ നുള്ളി നോവിക്കുവാൻ ഒരാൾക്ക് കഴിയുകയില്ല. അവർക്ക് പ്രേമമായിരുന്നില്ല. ഇഷ്ടമായിരുന്നു. വെറും ഇഷ്ടം. ഇഷ്ടമുള്ള എന്തിനെയും കിട്ടണം. കിട്ടില്ലെങ്കിൽ ആർക്കും ഉപകരിക്കാത്ത രീതിയിൽ നശിപ്പിക്കണം. തനി സ്വാർത്ഥത പത്തിവിടർത്തിയാടുന്ന ക്രൂരത.

ഇനി, കൗമാരപ്രായക്കാർക്കിടയിലുള്ള പ്രേമത്തെക്കുറിച്ച് പറയാം. അത് ആകർഷണത്തിന്റെയും ഇഷ്ടത്തിന്റെയും സ്നേഹത്തിന്റെയും ഒരു മിശ്രിതഭാവമാണ്. മുന്നിട്ടു നില്ക്കുന്നത് ആകർഷണമാണ്. ആ ആകർഷണം കൗമാരസിദ്ധമാണ്. വളർച്ചയുടെ ലക്ഷണമാണ്. ഒരു പെൺകുട്ടി സ്ത്രീയാകുവാൻ തുടങ്ങുന്നതോടെ, ഒരാൺകുട്ടി പുരുഷനാകുവാൻ തുടങ്ങുന്നതോടെ ശരീരത്തിൽ വ്യത്യാസങ്ങൾ സംഭവിക്കുന്നു. ശരീരത്തിലെന്നപോലെ മനോവ്യാപാരങ്ങളിലും വ്യത്യാസം വരുന്നു. പൂരക വർഗ്ഗത്തോട് (Opposit sex) പ്രത്യേകമായ ആകർഷണം ഉണ്ടാകുന്നു. ഇത് ലൈംഗികമായ ആകർഷണമാണ്. കൗമാരപ്രായംവരെ, പ്രായപൂർത്തിയിലെത്തുംവരെ വെറും കൂട്ടുകാരായിരുന്നു. അവർക്ക് കളിക്കണം, ചിരിക്കണം, കൂട്ടുകൂടണം. അത്രയേ ഉള്ളൂ. ആ കൂട്ടുകെട്ടിൽ ആൺകുട്ടികളും പെൺകുട്ടികളും തമ്മിൽ പ്രത്യേക അടുപ്പമോ അകൽച്ചയോ ഇല്ല. പ്രായപൂർത്തിയിലെത്തുന്നതോടെ പെൺകുട്ടികൾ സ്വാഭാവികമായും ആൺകുട്ടികളിൽനിന്നും അല്പം അകലുന്നു. അല്ലെങ്കിൽതന്നെ അമ്മമാർ മുതിർന്ന ആണുങ്ങളിൽനിന്നും അല്പം അകൽച്ച പാലിക്കുവാൻ പെൺകുട്ടികളെ പഠിപ്പിക്കുന്നു. ഈ അകൽച്ചയോടൊപ്പം അറിയാതെ തന്നെ അവരിൽ ആകർഷണവും വന്ന് ഭവിക്കുന്നു.

ഇഷ്ടവും പ്രേമവും ആദ്യം കൂടുകൂട്ടുന്നത് പെൺകുട്ടികളുടെ മനസ്സിലാണ്. ആദ്യം ഉല്പാദന പക്വതയിൽ എത്തുന്നതും അവരാണല്ലോ. മനസ്സിൽ അങ്കുരിക്കുന്ന ഇഷ്ടവും പ്രേമവും ഒരു ചെപ്പിലെന്നതുപോലെ ആദ്യഘട്ടത്തിൽ അവർ ഒളിച്ചുവെക്കും. പുറത്തേക്ക് നാമ്പുനീട്ടാൻ ഒരവസരത്തിനായി കാത്തിരിക്കും. ഈ ഘട്ടത്തിൽ ആരിലെങ്കിലും നിന്നുള്ള ഒരു പ്രണയാർദ്രമായ നോട്ടം മതി ഒരു വാക്കുമതി തേന്മാവിൽ മുല്ലവള്ളിപോലെ പടർന്നു കയറുവാൻ. പടർന്നുകയറുവാൻ സഹായിക്കുന്ന കൂട്ടുകാരികളുമുണ്ടാകും. ഇല്ലെങ്കിൽത്തന്നെ അതിനായി കൂട്ടുകാരികളെ തേടും. ആൺകുട്ടികളോടു തോന്നുന്ന ഇഷ്ടം ആദ്യമായി പങ്കുവെയ്ക്കുന്നത് അടുത്ത കൂട്ടുകാരിയോടായിരിക്കും. അവളായിരിക്കും പിന്നെ എല്ലാത്തിനും ഒത്താശ ചെയ്തുകൊടുക്കുക. ഇനി കൂട്ടിക്കൊടുപ്പുകാരായ ചില കൂട്ടുകാരികളുമുണ്ട്. ഇവർ വളരെ അപകടകാരികളാണ്. ഇവർ ദല്ലാളിന്റെ ജോലി ഏറ്റെടുക്കും. പഠനത്തിൽ ശ്രദ്ധവെയ്ക്കാതെ പൊതുവെ ഉഴപ്പിനടക്കുന്നവരായിരിക്കും ഇത്തരക്കാർ. അവർ വഴിയായിരിക്കും ചിലപ്പോൾ ആൺകുട്ടികൾ ഏതെങ്കിലും പെൺകുട്ടിയോടുള്ള ഇഷ്ടം അറിയിക്കുക. അല്ലെങ്കിൽ ഇത്തരം കൂട്ടുകാരികൾ ഏതെങ്കിലും ചെറുക്കനുമായി കൂട്ടുകാരിയെ അടുപ്പിച്ചുകൊടുക്കും. അത് കാമ്പസ്സിനുള്ളിലുള്ളവരായിരിക്കാം അല്ലെങ്കിൽ പുറത്തുള്ളവരായിരിക്കാം. ഫോൺ നമ്പർ കൈമാറിയും ഫേസ്ബുക്കിൽ ഇടം തേടിയും അത്തരം ബന്ധങ്ങൾക്ക് വളരുവാനുള്ള വഴി ഒരുക്കിക്കൊടുക്കും.

ഇഷ്ടവും പ്രേമവും സ്നേഹവും തമ്മിലുള്ള വ്യത്യാസം തിരിച്ചറിയാനാവാത്ത പ്രായമാണ് കൗമാരം. കൗമാരത്തിൽ മുന്നിട്ടു നിൽക്കുന്നത് ഇഷ്ടമാണ്. ഇഷ്ടം വേരൂന്നിയിരിക്കുന്നതും ആരംഭിക്കുന്നതും ആകർഷണത്തിൽനിന്നാണ്. ഗ്രീക്ക് പുരാണത്തിൽ ഒരു കഥയുണ്ട്. അതനുസരിച്ച് മനുഷ്യൻ പണ്ട് ദ്വിലിംഗജീവിയായിരുന്നു. രണ്ട് തലയും നാലു കൈയ്യും നാലുകാലുമുള്ള ഒരു വിചിത്ര ജീവി. മനുഷ്യൻ എപ്പോഴും അങ്ങനെ ഒരുമിച്ച് രമിച്ച് സുഖിച്ച് ജീവിക്കുന്നതു കണ്ടിട്ട് ദേവന്മാർക്ക് പോലും അസൂയ തോന്നി. അങ്ങനെ അസൂയമൂത്ത സേയൂസ് ദേവൻ ഇടിവാള് മിന്നിച്ച് സ്ത്രീയെയും പുരുഷനെയും രണ്ടാക്കി. അന്നുമുതൽ സ്ത്രീയും പുരുഷനും നഷ്ടപ്പെട്ട പാതിയെ തേടിയുള്ള പ്രയാണത്തിലാണ്. കഥയാണെങ്കിലും അതിൽ മനഃശാസ്ത്രപരമായ സത്യമുണ്ട്. മനുഷ്യത്വം പൂർണ്ണമാകുന്നത് സ്ത്രീയും പുരുഷനും ചേരുമ്പോഴാണ്. പുരുഷൻ മാത്രമാകുമ്പോൾ മനുഷ്യനാകുന്നില്ല. സ്ത്രീ മാത്രമാകുമ്പോഴും മനുഷ്യനാകുന്നില്ല. പുരുഷനും സ്ത്രീയും ഒന്നുചേരുമ്പോഴാണ് മനുഷ്യത്വത്തിന് പൂർണ്ണത കൈവരുന്നത്. ഈ പൂർണ്ണതയ്ക്കായുള്ള നെട്ടോട്ടത്തിലാണ് എപ്പോഴും സ്ത്രീയും പുരുഷനും. അതുകൊണ്ടുതന്നെ ആൺകുട്ടിയും പെൺകുട്ടിയും പ്രായപൂർത്തിയിലെത്തുന്നതോടെ ഇണയെ തേടാൻ തുടങ്ങുന്നു. ആൺകുട്ടി പ്രായപൂർത്തിയിലെത്തുന്നതോടെ

അവൻ അറിയാതെ തന്നെ അവന്റെ ഉള്ളിൽ ഒരു പെൺകുട്ടിയുടെ രൂപം തെളിഞ്ഞുവരുന്നു. പെൺ കുട്ടികൾക്കിടയിൽ അവന്റെ മനസ്സിലുള്ള ആ രൂപമാണ് അവൻ തേടുന്നത്. എവിടെവെച്ചെങ്കിലും ആ സങ്കല്പത്തെ കണ്ടുമുട്ടിയാൽ അവളോട് അടുക്കുവാനും അവളെ സ്വന്തമാക്കുവാനും ആഗ്രഹിക്കും.

പെൺകുട്ടിയുടെ അവസ്ഥയും ഇതുതന്നെ. സ്ത്രീയാകുന്നതോടെ അവളുടെ മനസ്സിൽ ഒരു പുരുഷ സങ്കല്പം രൂപംകൊള്ളുന്നു. പിന്നെ ആ സങ്കല്പത്തെ തേടുകയായി അവൾ. എവിടെവെച്ച് സങ്കല്പ പുരുഷനെ കണ്ടുമുട്ടുന്നുവോ അയാളോട് അടുക്കുവാൻ ഒരുൾപ്രേരണയുണ്ടാകുന്നു. സാഹചര്യങ്ങൾ അനുകൂലമാണെങ്കിൽ നോട്ടംകൊണ്ടും ഭാവംകൊണ്ടും അടുക്കുവാൻ ശ്രമിക്കും.

ചിലവേളകളിൽ, പെൺകുട്ടിക്ക് ഇഷ്ടമായ ചെറുക്കന് അവളോടും ഇഷ്ടമുണ്ടായെന്ന് വന്നേക്കാം. അല്ലെങ്കിൽ ചെറുക്കന് ഇഷ്ടമായ പെൺകുട്ടിക്ക് അയാളോടും ആകർഷണമുണ്ടായി എന്ന് വന്നേക്കാം. അത്തരം സന്ദർഭങ്ങളിൽ ഇരുവരും പെട്ടെന്ന് അടുത്തുവെന്ന് വരും. അത് വല്ലാത്ത അടുപ്പമായി വരും. പിരിയാനാവാത്ത അടുപ്പത്തിലേക്ക് നീങ്ങും. ഇത് വെറും വൈകാരികമായ അടുപ്പമാണ്. പരസ്പരം അറിഞ്ഞോ മനസ്സിലാക്കിയോ അല്ല. ഇരുവരും സ്വഭാവങ്ങളെപ്പറ്റി പഠിക്കുന്നില്ല. കുടുംബപശ്ചാത്തലമറിയുന്നില്ല. ഗുണദോഷങ്ങളെപ്പറ്റി ചിന്തിക്കുന്നില്ല. ഇരുവരും അടുക്കുന്നത് വളരെ ആത്മാർത്ഥമായിട്ടാണ്. ആത്മാർത്ഥമായി അടുത്താൽ പിന്നെ അകലുവാൻ കഴിയുകയില്ല. എങ്ങനെയെങ്കിലും ഒന്നാകണം, ഒരുമിച്ച് കഴിയണം. അത്രയേ വിചാരമുള്ളൂ. ഒന്നാകാനുള്ള ബുദ്ധിമുട്ടുകളോ, ഒന്നായാലുള്ള ബുദ്ധിമുട്ടുകളോ കാണാനാകുന്നില്ല. ഒന്നാകാനുള്ള ആവേശത്തിൽ അതിനെ തിരായി നിൽക്കുന്ന എന്തിനെയും ആരെയും അവരെതിർക്കും. അത് സ്വന്തം അച്ഛനമ്മമാർ ആയാലും പ്രശ്നമല്ല. അവരുടെ ബന്ധത്തിന് എതിര് നിൽക്കുന്നവരെല്ലാം അവരുടെ ശത്രുക്കളാണ്.

ഇവിടെ മുന്നിട്ട് നിൽക്കുന്നത് ആകർഷണവും ഇഷ്ടവുമാണ്. ഈ ഇഷ്ടത്തെ അവർ സ്നേഹമായി തെറ്റിദ്ധരിക്കുന്നു. സ്നേഹം ഉത്തരവാദിത്വമുള്ളതാണ്. എന്നാൽ ഒരു ഉത്തരവാദിത്വവുമില്ലാത്ത പ്രായത്തിലാണ് അധികം പേരും പ്രണയബന്ധിതരാകുന്നത്. പിന്നെ അവർ ഒരു ഭ്രമവലയത്തിലാണ്. ഭ്രമം മൂത്ത് ചിലപ്പോൾ ഭ്രാന്തായി മാറുന്നു. അവന് അവളെ കിട്ടുവാനുള്ള ഭ്രാന്താണ്. അവൾക്ക് അവനെ കിട്ടുവാനുള്ള ഭ്രാന്താണ്. ഭ്രാന്ത് മൂത്ത് കഴിയുമ്പോൾ അവർക്ക് ആരുപറയുന്നതും മനസ്സിലാകുകയില്ല. ഒറ്റ ചിന്തയേയുള്ളൂ. എങ്ങനെയെങ്കിലും ഒന്നാകണം. വിവാഹപ്രായത്തിനായി കാത്തിരിക്കും. മാതാപിതാക്കന്മാർ സമ്മതിച്ചില്ലെങ്കിൽ തന്നെ അവർ രജിസ്റ്റർ വിവാഹം ചെയ്യും. അതുവരെ അച്ഛനമ്മമാരുടെ ചിലവിൽ കഴിഞ്ഞവർക്ക് ഉത്തരവാദിത്വങ്ങൾ

ഏറ്റെടുക്കേണ്ടി വരും. അതിനുള്ള പ്രാപ്തിയില്ലാത്തതുകൊണ്ട് പ്രയാസ ങ്ങളെ നേരിടേണ്ടിവരുന്നു. പ്രയാസങ്ങൾക്ക് പരസ്പരം പഴിപറയുന്നു. പരസ്പരം അകലുവാൻ തുടങ്ങുന്നു. ഈ അബദ്ധം പിണയാ തിരിക്കുവാൻ പക്വതയില്ലാത്ത അടുപ്പങ്ങളുടെ ലാഞ്ഛന കാണു മ്പോൾ തന്നെ മക്കളെ തിരുത്തിക്കൊടുക്കുവാനും നേർവഴിക്ക് നയിക്കു വാനും മാതാപിതാക്കൾക്ക് കഴിയണം. അടുത്താൽ പിന്നെ അകറ്റുക പ്രയാസം.

വിവാഹപ്രായത്തിലെത്തിയവർ പരസ്പരം അറിഞ്ഞടുക്കുന്നതാണ് പ്രേമം. ഇങ്ങനെ പരസ്പരം അറിഞ്ഞ് മനസ്സിലാക്കണമെങ്കിൽ പക്വത വേണം. പക്ഷേ, പക്വതയില്ലാത്തവരാണ് അധികവും പ്രേമത്തിലേർ പ്പെടുന്നത്. ഏതേതു മേഖലകളിൽ ഭാര്യയ്ക്കും ഭർത്താവിനും കൂടുതൽ പൊരുത്തപ്പെട്ടുപോകാൻ കഴിയുന്നുവോ അത്രയും വിവാഹജീവിതം വിജയിക്കും. അതുകൊണ്ട് വിവാഹം കഴിക്കുവാൻ തീരുമാനിക്കും മുമ്പ് ഇരുവരും ജീവിതത്തെക്കുറിച്ചുള്ള കാഴ്ചപ്പാടുകൾ പങ്കുവെയ്ക്കണം. ഇഷ്ടാനിഷ്ടങ്ങൾ അറിഞ്ഞിരിക്കണം. സാമ്യവ്യത്യാസങ്ങൾ മനസ്സി ലാക്കി വെയ്ക്കണം. പ്രായം, പഠിപ്പ്, ജോലി, വരുമാനം, പണച്ചിലവ്, കുടുംബപശ്ചാത്തലം, വിശ്വാസം, ആചാരം, അനുഷ്ഠാനം ഇവയി ലൊക്കെ എത്രമാത്രം പൊരുത്തമുണ്ടെന്ന് അറിയണം. വിവാഹത്തിലെ 'പൊരുത്തം നോക്കൽ' എന്നുപറഞ്ഞാൽ സത്യത്തിലിതാണ്. ഏതെല്ലാം കാര്യത്തിൽ പൊരുത്തം കൂടുന്നുവോ അത്രയും വിവാഹം വിജയിക്കും.

ഇങ്ങനെ അറിഞ്ഞ് മനസ്സിലാക്കിവേണം ആഴമുള്ള സ്നേഹ ബന്ധ ത്തിൽ ഏർപ്പെടുവാൻ. അത്തരം ബന്ധങ്ങൾക്ക് അറേഞ്ച്ഡ് വിവാഹത്തേ ക്കാൾ അർത്ഥവും ആഴവും കാണും. ഒപ്പം ആകർഷണവും ചാരുതയും ഉണ്ടാകും. വിവാഹാനന്തരം അവർക്കിടയിൽ പൊരുത്തക്കേടുകൾ കുറവായിരിക്കും. പൊരുത്തങ്ങൾ അറിഞ്ഞ് മനസ്സിലാക്കിയാണ് വിവാഹി തരായത്. ഇവിടെ വെറും ആകർഷണത്തേക്കാളും ഇഷ്ടത്തേക്കാളും ഉത്തരവാദിത്വമുള്ള സ്നേഹമാണ് അവരെ അടുപ്പിക്കുന്നത്.

ഇഷ്ടവും പ്രേമവും ഉപരിപ്ലവമാണ്. സ്നേഹം അർത്ഥമുള്ളതും ആഴമുള്ളതുമാണ്. സ്നേഹത്തിൽ ആകർഷണം ഉണ്ടാകണമെന്നില്ല. പ്രേമത്തിൽ ആകർഷണമുണ്ടാകും. അതുകൊണ്ട് പ്രേമപൂർണ്ണമായ സ്നേഹബന്ധമാണ് വിവാഹജീവിതത്തിന് അഭിലഷണീയം. അപകടം പിണയുംമുമ്പേ കൗമാരപ്രായത്തിൽ ഈ അറിവ് മക്കൾക്ക് പകർന്നു കൊടുക്കുവാൻ മാതാപിതാക്കൾക്ക് കഴിയണം. ∎

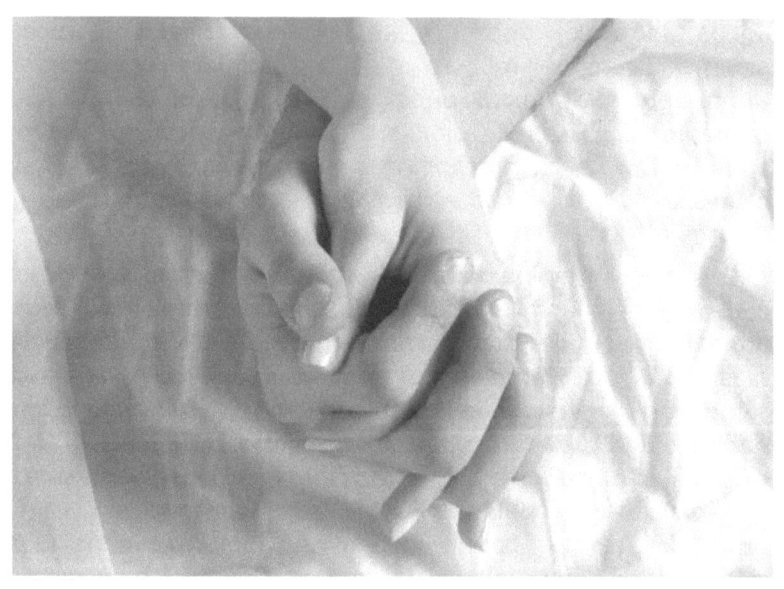

ലൈംഗികജ്ഞാനം

പ്രായത്തിനനുസൃതമായ ലൈംഗികജ്ഞാനം മക്കൾക്ക് പകർന്നുകൊടുക്കേണ്ടത് മാതാപിതാക്കളുടെ കടമയാണ്. പലപ്പോഴും ഇതുണ്ടാകുന്നില്ല. ഇതിന് പ്രധാനമായും രണ്ടു കാരണങ്ങളാണുള്ളത്. ഒന്ന്, മാതാപിതാക്കൾക്ക് വേണ്ടതായ അറിവോ കഴിവോ ഇല്ല. രണ്ട്, ലൈംഗികതയെ അവജ്ഞയോടെയാണ് മാതാപിതാക്കൾ നോക്കിക്കാണുന്നത്. അങ്ങനെ പറഞ്ഞുകൊടുക്കേണ്ട ആവശ്യമില്ലെന്നും കരുതുന്നു. മാതാപിതാക്കൾ വേണ്ടതുപോലെ പറഞ്ഞുകൊടുക്കാത്തതുകൊണ്ട് മക്കൾ പലപ്പോഴും അജ്ഞതയിൽ കഴിയുന്നു. അവർക്ക് കിട്ടുന്ന അറിവ് കൂട്ടുകാരിൽ നിന്നുമാണ്. അത് ഉപകാരത്തിലധികം ഉപദ്രവം ചെയ്യുന്നു. കൗമാര പ്രായത്തിൽ, പ്രത്യേകിച്ചും ആൺകുട്ടികളിൽ ലൈംഗിക ജിജ്ഞാസ ഏറിയിരിക്കും. അതുകൊണ്ടുതന്നെ ജിജ്ഞാസയെ ശമിപ്പിക്കുവാനുള്ള വഴികൾ അവർ തേടിക്കൊണ്ടിരിക്കും. ഇക്കാര്യത്തിൽ പലപ്പോഴും അവർക്ക് 'ട്യൂഷൻ' കൊടുക്കുന്നത് കൂട്ടുകാരായിരിക്കും. അത് തെറ്റായ ബന്ധങ്ങളിലേക്കും തഴക്കങ്ങളിലേക്കും അവരെ നയിക്കും. ഇങ്ങനെ തെറ്റായ തഴക്കങ്ങൾക്ക് അടിമപ്പെട്ട് അതിൽനിന്നും രക്ഷപ്പെടാനാവാതെ കുറ്റബോധത്തോടെ എന്നെ സമീപിച്ചിട്ടുള്ള ധാരാളം കുട്ടികളുണ്ട്.

പല ആൺകുട്ടികളും സ്വയംഭോഗത്തിനും സ്വവർഗ്ഗ ബന്ധങ്ങൾക്കും അടിമയാകുന്നത് ഇത്തരം കൂട്ടുകെട്ടുകളിൽനിന്നുമാണ്. അതുകൊണ്ട്

മക്കളുടെ ലൈംഗികവളർച്ചയുടെ ഘട്ടങ്ങളിൽ യഥാകാലം അവർക്ക് കൃത്യമായ കാര്യങ്ങൾ പറഞ്ഞുകൊടുക്കേണ്ടത് മാതാപിതാക്കളാണ്. ഇന്ന് കുട്ടികൾക്ക് ലൈംഗിക അറിവ് കിട്ടുന്നത് പ്രധാനമായും നാലു മാർഗ്ഗങ്ങളിലൂടെയാണ്.

- മാതാപിതാക്കൾ
- അദ്ധ്യാപകർ
- മാധ്യമങ്ങൾ
- കൂട്ടുകാർ

ഇതിലേറ്റവും അനാരോഗ്യകരമായ, അപകടംനിറഞ്ഞ അറിവാണ് കൂട്ടുകാരിൽനിന്ന് കിട്ടുന്നത്. എന്നാൽ, നിർഭാഗ്യത്തിന് ആ വഴിയാണ് അധികം കുട്ടികളും തേടുന്നത്. മറ്റൊരു മാർഗ്ഗമാണ് മാധ്യമങ്ങൾ. വായന കളും കാഴ്ചകളും. വളരെ ശാസ്ത്രീയമായ അറിവ് പകർന്നു കൊടു ക്കുന്ന മാധ്യമങ്ങളുണ്ട്. പ്രായത്തിനനുസരിച്ച് അവ മക്കൾക്ക് സംലഭ്യ മാക്കിക്കൊടുക്കേണ്ടത് മാതാപിതാക്കളാണ്. അത് മാതാ പിതാക്കൾ ചെയ്യാത്തതുകൊണ്ട് കുട്ടികൾ വളരെ അപകടം നിറഞ്ഞ വഴികളിലൂടെ സഞ്ചരിക്കുന്നു. ചില കുട്ടികൾ അനാരോഗ്യകരമായ കാഴ്ചകൾക്കും വായനകൾക്കും അടിമകളായിത്തീരുന്നു. ചിലർക്ക് പഠിക്കുവാൻപോലും പറ്റാതെ വരുന്നു. ഇങ്ങനെയുള്ള എത്രയോ കുട്ടികളാണ് എന്റെ അടുത്ത് കൗൺസിലിങ്ങിന് വരുന്നത്.

ഇനി, കുട്ടികൾക്ക് ലൈംഗികവിദ്യാഭ്യാസം കിട്ടുന്ന മറ്റൊരു മാർഗ്ഗം അദ്ധ്യാപകരാണ്. പക്ഷേ, പലപ്പോഴും അദ്ധ്യാപകർ ഇതിന് തയ്യാറാ കുന്നില്ല. പ്രത്യേകിച്ചും അദ്ധ്യാപികമാർ. പ്രത്യുല്പാദനത്തെപ്പറ്റി പഠിപ്പി ക്കുവാനുള്ള പാഠങ്ങൾ പോലും പറഞ്ഞുകൊടുക്കുവാൻ അവർക്കൊരു തരം ചമ്മലാണ്. ലൈംഗികജ്ഞാനത്തിലുള്ള കുട്ടികളുടെ അപര്യാ പ്തത മനസ്സിലാക്കിക്കൊണ്ട് ഇപ്പോൾ സ്കൂളുകളിൽ ലൈംഗിക വിദ്യാഭ്യാസം നിർബ്ബന്ധമാക്കിയിട്ടുണ്ട്. അതിനായി ഓരോ സ്കൂളിൽ നിന്നും തിരഞ്ഞെടുക്കപ്പെടുന്ന അദ്ധ്യാപകർക്ക് പ്രത്യേക പരിശീലനം കൊടുത്തുവരുന്നുണ്ട്. നല്ലകാര്യം. പക്ഷേ, ഇതിനായി തയ്യാറാക്കി യിരിക്കുന്ന പാഠ്യപദ്ധതിയിൽ പ്രധാനമായും പ്രത്യുല്പാദനവും ഗർഭ നിരോധന മാർഗ്ഗങ്ങളുമാണ് ഉൾപ്പെടുത്തിയിരിക്കുന്നത്. ലൈംഗിക വ്യക്തിത്വ വളർച്ചയെക്കുറിച്ച് അധികമൊന്നും പരാമർശിക്കുന്നില്ല. എങ്കിലും ഒന്നുമില്ലാതിരുന്ന കാലത്തെക്കാൾ നല്ലത്.

പ്രധാനമായും മക്കൾക്ക് പ്രായാനുസൃതം അറിവ് പകർന്ന് കിട്ടേണ്ടത് മാതാപിതാക്കളിൽനിന്നുമാണ്. അതൊട്ടുമില്ലതാനും. പെൺകുട്ടികൾ പ്രായപൂർത്തിയിലെത്തുന്നതോടെ അമ്മമാരോ ചേച്ചിമാരോ അത്യാ വശ്യം കാര്യങ്ങൾ പറഞ്ഞുകൊടുക്കുന്നുണ്ട്. അതും ആർത്തവത്തോട നുബന്ധിച്ച കാര്യങ്ങൾ മാത്രം. ആൺകുട്ടികൾക്ക് അച്ഛനമ്മമാർ ഒരു

കാര്യവും പറഞ്ഞുകൊടുക്കുന്നില്ല. അതാണ് ആൺകുട്ടികൾ കൂട്ടു കാരുടെ 'ട്യൂഷന്' വിധേയമാകുന്നതും അങ്ങനെ വഴിതെറ്റിപ്പോകുന്നതും. അതുകൊണ്ട് മാതാപിതാക്കളുടെ അറിവിനായി അത്യാവശ്യം ചില കാര്യങ്ങൾ ഇവിടെ പറഞ്ഞുവെക്കാം.

കൗമാരാരംഭത്തിൽ പെൺകുട്ടികളിലുണ്ടാകുന്ന ശാരീരിക വളർച്ച മറച്ചു വെയ്ക്കുവാൻ പൊതുവെ പെൺകുട്ടികൾ ശ്രദ്ധവെയ്ക്കുന്നതു കാണാം. ഒപ്പം ഒരുതരം നാണവും അവരിൽ കൂടുകൂട്ടും. മുതിർന്ന ആണു ങ്ങളിൽനിന്നും ഒഴിഞ്ഞുമാറി നടക്കും. ആർക്കും മുഖം കൊടുക്കാതിരി ക്കുവാൻ ശ്രമിക്കും. കാണാമറയത്ത് നടക്കുവാനാണ് അവർക്കിഷ്ടം. ഇങ്ങനെയൊക്കെയാണെങ്കിലും ആരെങ്കിലും അവരെ പ്രത്യേകം ശ്രദ്ധി ക്കുന്നുണ്ടോയെന്ന് അവർ നോക്കും. തങ്ങളുടെ ശരീരവളർച്ചയെ ക്കുറിച്ചും സൗന്ദര്യത്തെക്കുറിച്ചും കൂടുതൽ ബോധവതികളാകുന്ന പ്രായമാണ്. വസ്ത്രധാരണത്തിലും മേയ്ക്കപ്പിലും പ്രത്യേകം ശ്രദ്ധി ക്കുന്ന പ്രായം.

ആൺകുട്ടികൾ ഈ പ്രായത്ത് അവരുടെ ശരീരവളർച്ച എടുത്തു കാണിക്കുവാൻ ശ്രമിക്കുന്നു. കനമുള്ള മീശയ്ക്കായും കട്ടിയുള്ള മസിലി നായും കൊതിക്കുന്നു. പണ്ടത്തെ കുട്ടിയൊന്നുമല്ല, ആണായി എന്ന് കരുതുകയും പറയുകയും ചെയ്യുന്നു. കൂടുതൽ സ്വാതന്ത്ര്യം ആവശ്യ പ്പെടുന്നു. വീട് വിട്ട് വീഥികളിലേക്കും മൈതാനങ്ങളിലേക്കും ഇറങ്ങുന്നു. സ്വന്തമായി കാര്യങ്ങൾ ചെയ്യുന്നതിൽ മിടുക്ക് കാണിക്കുന്നു. മാതാ പിതാക്കന്മാരുടെ വിലക്കുകളെ ചോദ്യം ചെയ്യാൻ തുടങ്ങുന്നു. ആൺ കുട്ടികൾക്കിത് ജിജ്ഞാസയുടെയും പരീക്ഷണങ്ങളുടെയും പ്രായമാണ്. എല്ലാം അറിയണം, എല്ലാം പരീക്ഷിച്ചു നോക്കണം. ജിജ്ഞാസയെ ഊട്ടി വളർത്താൻ പോരുന്ന മാർഗ്ഗങ്ങൾ തേടുന്നു. അതിനു പറ്റിയ കൂട്ടുകെട്ടു കളും ഉണ്ടാക്കുന്നു. സൂക്ഷിച്ചില്ലെങ്കിൽ ആൺകുട്ടികൾ തെറ്റായ കൂട്ടു കെട്ടുകളിൽ ചെന്നുപെടുന്ന പ്രായമാണ്.

ആൺകുട്ടികൾ

ശരീരത്തിന്റെ എല്ലാ പ്രവർത്തനങ്ങളേയും നിയന്ത്രിക്കുന്നത് തല ച്ചോറിലെ 'പിറ്റ്യൂറ്ററി' ഗ്രന്ഥിയാണ്. ആൺകുട്ടി ഉല്പാദനശേഷിയുള്ള പുരുഷനാകാൻ തുടങ്ങുന്നത് അവനിലെ ടെസ്റ്റോസ്റ്റിറോൺ എന്ന ഹോർമോൺ പ്രവർത്തിക്കുവാൻ തുടങ്ങുമ്പോഴാണ്. ഈ ടെസ്റ്റോസ്റ്റി റോണിന് ഉണർന്ന് പ്രവർത്തിക്കുവാൻ നിർദ്ദേശം കൊടുക്കുന്നത് പിറ്റ്യൂറ്ററി ഗ്രന്ഥിയാണ്. വൃഷ്ണങ്ങളിലെ ടെസ്റ്റോസ്റ്റിറോൺ ഉയർന്ന അളവിൽ പ്രവർത്തിക്കുവാൻ തുടങ്ങുന്നതോടെ ആൺകുട്ടി പെട്ടെന്ന് വളരുവാൻ തുടങ്ങും. അവന്റെ ശരീരത്തിൽ പുരുഷ ലക്ഷണങ്ങൾ പ്രത്യക്ഷപ്പെടുന്നു. അവന്റെ സ്വരം മാറുന്നു. കക്ഷത്തിലും ഗുഹ്യ ഭാഗത്തും രോമം കിളിർക്കുവാൻ തുടങ്ങുന്നു. പെട്ടെന്ന് ഉയരം കൂടുന്നു.

പേശികൾക്ക് ബലം വരുന്നു. മുഖത്തും രോമവളർച്ച അനുഭവ പ്പെടുന്നു. ഈ രോമവളർച്ചയുടെ അളവ് പാരമ്പര്യത്തിലും അധിഷ്ഠി തമാണ്. മുഖത്തും ശരീരത്തിലുമുള്ള രോമവളർച്ച പുരുഷത്വത്തിന്റെ പ്രധാന ലക്ഷണമായി കരുതുന്നവരുണ്ട്. അതുകൊണ്ട് മുഖത്തു വേണ്ടത്ര രോമവളർച്ചയില്ലാത്ത ആൺകുട്ടികളെ പരിഹസിക്കുന്ന കൂട്ടു കാരുണ്ട്. അതുപോലെതന്നെ കൂട്ടുകാരുടെ പരിഹാസം കേട്ട് ആകമാനം തളർന്നുപോകുന്ന കുട്ടികളുമുണ്ട്. വേണ്ടത്ര ഉയരമില്ലെന്ന അപകർ ഷതാബോധം വെച്ചുപുലർത്തുന്ന ആൺകുട്ടികളുണ്ട്. അതവരെ ദുഃഖിതരാക്കാറുണ്ട്. ആണത്തം അടങ്ങിയിരിക്കുന്നത് ശാരീരിക യോഗ്യതയെക്കാൾ ആത്മധൈര്യത്തിലാണെന്ന് കുട്ടികളെ പറഞ്ഞ് മനസ്സിലാക്കണം.

ഈ മാറ്റങ്ങൾ ആൺകുട്ടികളിൽ ഏതു വയസ്സിൽ സംഭവിക്കുമെന്ന് കൃത്യമായി പറയാനാകില്ല. ഉല്പാദന വ്യവസ്ഥ കർമ്മനിരതമാകുന്ന തോടെ എന്നേ പറയാനാകൂ. മറ്റു പുരുഷത്വ ലക്ഷണങ്ങൾ പ്രത്യക്ഷ പ്പെടുന്നതോടൊപ്പം ചില ആൺകുട്ടികളുടെ മുല അല്പമായി ഒന്ന് വിക സിച്ച് വളർന്നെന്നുവരാം. അതവനിൽ ഭയവും ലജ്ജയും ഉണ്ടാക്കിയെന്നു വരും. താൻ പെൺകുട്ടിയാകുവാൻ പോകുകയാണോ എന്ന ഉത്കണ്ഠ യുണ്ടാകും. ചിലരെ കൂട്ടുകാർ കളിയാക്കിയെന്നും വന്നേക്കാം. ഏതാനും മാസങ്ങൾക്കുള്ളിൽ അത് താനേ അമിഞ്ഞുപോകുമെന്ന് അവരെ ധരിപ്പി ക്കണം. വളർച്ചയുടെ ലക്ഷണമാണെന്ന് പറഞ്ഞ് മനസ്സിലാക്കണം. ചിലരിൽ ഈ പ്രായത്ത് കൊഴുപ്പു വർദ്ധിക്കുന്നതുമൂലം മുഖക്കുരുവും പ്രത്യക്ഷപ്പെടും. വളരെ അധികം ഉണ്ടെങ്കിൽ ഒരു ഡോക്ടറുടെ സഹായം തേടുന്നതുകൊള്ളാം.

പുരുഷപ്രാപ്തിയിലേക്ക് പ്രവേശിക്കുന്നതോടെ ആൺകുട്ടികളുടെ ലിംഗവും വൃഷ്ണങ്ങളും വലുതാകാൻ തുടങ്ങും. ഇവയുടെ വലിപ്പം ശരീരപ്രകൃതിക്കും പാരമ്പര്യത്തിനും അനുസൃതമായിരിക്കും. ചിലവേള കളിൽ ആൺകുട്ടികൾക്ക് വൃഷ്ണം താഴേക്ക് വന്നു കാണണമെന്നില്ല. അങ്ങനെയാണെങ്കിൽ ഡോക്ടറെ സമീപിക്കുന്നതാണ് ഉചിതം. ചില കുട്ടികളിൽ ഒരു വൃഷ്ണമേ ഉണ്ടായുള്ളൂ എന്ന് വരാം. അത് പ്രശ്നമല്ല. ലിംഗം ഉദ്ധരിക്കുമ്പോൾ ഇടത്തോട്ടോ വലത്തോട്ടോ അല്പം ചെരിവും കണ്ടെന്നുവരാം. ഇതിലും ഉത്കണ്ഠപ്പെടേണ്ടെന്ന് കുട്ടികളെ പറഞ്ഞു മനസ്സിലാക്കണം. വൃഷ്ണത്തിലുണ്ടാകുന്ന ബീജം ബീജവാഹിനി ക്കുഴലിലൂടെ സഞ്ചരിച്ച് മൂത്രാശയത്തിന്റെ ഇരുഭാഗങ്ങളിലായി സ്ഥിതി ചെയ്യുന്ന ബീജസംഭരണ ശാലകളിലെത്തും. അവിടെ ബീജങ്ങൾക്ക് സഞ്ചരിക്കുവാനായി ഒരു കൊഴുത്ത വെളുത്ത ദ്രാവകം (ശുക്ലം) ഉല്പാദി പ്പിക്കപ്പെടുന്നു. ഈ ബീജസംഭരണശാലയുടെ വ്യാപ്തി വളരെ കുറ വാണ്. ഉറക്കത്തിൽ മൂത്രസഞ്ചി വികസിക്കുകയും അതിന്റെ ഫലമായി

ശുക്ലസംഭരണിയിൽ സമ്മർദ്ദം അനുഭവപ്പെടും. അപ്പോൾ ലിംഗത്തിലേക്ക് രക്തപ്രവാഹമുണ്ടാകുകയും ലിംഗം ഉദ്ധരിക്കുകയും ചെയ്യും. അതോടെ ശുക്ലസംഭരണിയിൽനിന്നും പൗരുഷ ഗ്രന്ഥിയിൽ നിന്നുമുള്ള വെളുത്തു കൊഴുത്ത ദ്രാവകം ലിംഗത്തിലൂടെ പ്രവഹിക്കും. നിദ്രാവസ്ഥയിൽ സംഭവിക്കുന്നതുകൊണ്ട് ഇതിനെ നിദ്രാസ്ഖലനം എന്നു വിളിക്കുന്നു. പലപ്പോഴും ഇതിനോടു ചേർന്ന് ആൺകുട്ടികൾക്ക് ലൈംഗിക സ്വപ്നങ്ങൾ ഉണ്ടാകാറുണ്ട്. അതുകൊണ്ട് ഇതിനെ സ്വപ്ന സ്ഖലനം എന്നും വിളിക്കാറുണ്ട്. ഇങ്ങനെയുണ്ടാകുന്ന ദിവസങ്ങളിൽ അടിവസ്ത്രം മാറ്റാനും ലൈംഗിക അവയവങ്ങൾ വൃത്തിയായി കഴുകുവാനും കുട്ടികളെ പരിശീലിപ്പിക്കണം. ആദ്യമായി നിശാസ്ഖലനം സംഭവിക്കുമ്പോൾ തനിക്ക് എന്തെങ്കിലും രോഗമാണോ എന്ന് ഭയപ്പെടുന്ന കുട്ടികളുണ്ട്. അതുകൊണ്ട് പ്രായപൂർത്തിയുടെ ലക്ഷണങ്ങൾ കാണുന്നതോടെ മക്കൾക്ക് മാതാപിതാക്കൾ കാര്യങ്ങൾ പറഞ്ഞു മനസ്സിലാക്കണം.

ആൺകുട്ടികളുടെ ലിംഗാഗ്രഭാഗം (ലിംഗമകുടം) നേരിയ ചർമ്മം കൊണ്ട് മൂടിയിരിക്കുന്നതുകാണാം. ചിലർക്ക് ചർമ്മം വളരെ നീളമു ള്ളതും ഇറുകിയതുമായിരിക്കാം. അവർക്ക് ലിംഗം കഴുകി വൃത്തിയാ ക്കുന്ന വേളകളിൽ അഗ്രചർമ്മം പുറകോട്ട് നീക്കുവാൻ കഴിയുകയില്ല. വല്ലാത്ത വേദനയും അനുഭവപ്പെടും. ആൺകുട്ടികൾ വലുതാകുമ്പോൾ ഈ അഗ്രചർമ്മത്തിന്റെ അടിയിൽ ഒരുതരം വെളുത്ത പദാർത്ഥം (സ്മേഗ്മ) രൂപപ്പെടും. അതിന് ഒരു ദുർഗ്ഗന്ധമുണ്ടായിരിക്കും. അതു കൊണ്ട് എല്ലാ ദിവസവും കുളിക്കുമ്പോൾ അഗ്രചർമ്മം പുറകോട്ടു നീക്കി കഴുകി വൃത്തിയാക്കുവാൻ പരിശീലിപ്പിക്കണം. തന്നെയുമല്ല അതവിടെയിരുന്നാൽ ചൊറിച്ചിലും കടിയും അനുഭവപ്പെടും. നേരത്തെ സൂചിപ്പിച്ചതുപോലെ അഗ്രചർമ്മം പുറകോട്ട് നീക്കാൻ പറ്റാത്ത അവ സ്ഥയെ ചർമ്മക്കുരുക്ക് എന്നാണ് പറയുക. അങ്ങനെയുള്ള കുട്ടികളുടെ അഗ്രചർമ്മഛേദനം നടത്തണം. ഡോക്ടറുടെ സഹായം തേടണം. വേണ്ട സമയത്ത് അങ്ങനെ ചെയ്യാത്തതുകൊണ്ട് വിവാഹാനന്തരം സംയോഗത്തിന് പ്രയാസമായി ചെറുപ്പക്കാർ എന്നെ സമീപി ക്കാറുണ്ട്.

പെൺകുട്ടികൾ

എത്രാമത്തെ വയസ്സിലാണ് ഒരു പെൺകുട്ടി ഉല്പാദന പക്വതയി ലെത്തുന്നതെന്ന് കൃത്യമായി പറയാനാവില്ല. അത് പല ഘടകങ്ങളെ ആശ്രയിച്ചാണിരിക്കുന്നത്. പാരമ്പര്യം, ഭക്ഷണം, കാലാവസ്ഥ, ശരീര വളർച്ച അങ്ങനെ വിവിധ ഘടകങ്ങളെ ആശ്രയിച്ചിരിക്കുന്നു. ആൺ കുട്ടികളേക്കാൾ താരതമ്യേന പെൺകുട്ടികൾ രണ്ടോ മൂന്നോ വയസ്സു മുമ്പ് ഉല്പാദന പക്വത കൈവരിക്കുന്നു.

ആൺകുട്ടികളിൽ എന്നപോലെത്തന്നെ പിറ്റ്യൂറ്ററി ഗ്രന്ഥിയുടെ പ്രവർത്തനത്തോടെയാണ് പെൺകുട്ടികളുടെ ഉല്പാദന പ്രക്രിയ ഉദ്ഘാടനം ചെയ്യപ്പെടുന്നത്. ആൺകുട്ടിയിൽ വൃഷ്ണത്തിലെ ടെസ്റ്റോസ്റ്റിറോൺ പ്രവർത്തിക്കുന്നപോലെ പെൺകുട്ടിയിൽ അണ്ഡാശയത്തിലെ ഈസ്ട്രജൻ എന്ന ഹോർമോൺ രക്തത്തിൽ കലരുവാൻ തുടങ്ങുന്നു. അതോടെ ശരീരത്തിൽ പ്രകടമായ വ്യത്യാസങ്ങളും സംഭവിക്കുന്നു. പെട്ടെന്ന് ഉയരം കൂടുന്നു. ത്വക്കിനടിയിൽ കൊഴുപ്പു കൂടുന്നതുകൊണ്ട് ചർമ്മം കൂടുതൽ മിനുസമുള്ളതായിത്തീരുന്നു. ഈ കൊഴുപ്പിന്റെ ആധിക്യം മുഖക്കുരു വളരുവാനും കാരണമാകുന്നു. ഇത് ചില കുട്ടികളിൽ സാധാരണയിലധികം ഉണ്ടായെന്ന് വരാം. അത്തരം സന്ദർഭങ്ങളിൽ ഡോക്ടേഴ്സിന്റെ ഉപദേശം തേടേണ്ടതാണ്. ഭാവിയിൽ അവൾ ഗർഭിണിയായേക്കാം. അപ്പോൾ ഉദരം വലുതായി മുന്നോട്ട് തള്ളിവരും. അത്തരം സന്ദർഭങ്ങളിൽ ശരീരത്തിന് സന്തുലിതാവസ്ഥ കിട്ടുന്നതിന് ഇപ്പോൾതന്നെ കൊഴുപ്പുവന്ന് നിറഞ്ഞ് നിതംബം വലുതാകാൻ തുടങ്ങുന്നു.

നാളെ അമ്മയാകാനും കുട്ടികളെ മുലയൂട്ടാനുമുള്ളതുകൊണ്ട് അവളുടെ മാറിടം വികസിക്കുവാൻ തുടങ്ങുന്നു. അന്നുവരെ വെറും രണ്ടടയാളമായി മാത്രം സ്ഥിതിചെയ്തിരുന്ന മുലക്കണ്ണുകൾ ത്രസിച്ച് മുന്നോട്ട് വളരുവാൻ തുടങ്ങുന്നു. ഗർഭാശയപ്രവർത്തനങ്ങളുടെ ആരംഭം വിളിച്ചറിയിക്കുന്നതാണ് പെൺകുട്ടികളുടെ സ്തനവളർച്ച. വലുതാകുമ്പോൾ എല്ലാവരുടെയും മുലകൾക്ക് ഒരേ വലുപ്പവും ആകൃതിയും ആയിരിക്കണമെന്നില്ല. രണ്ടു മുലകൾക്കും ഒരേ വലിപ്പമായിരിക്കണമെന്നുമില്ല. വളർച്ചയുടെ പ്രായത്തിൽ വാങ്ങിച്ചു കൊടുക്കുന്ന ബ്രേസിയേഴ്സിന്റെ കാര്യത്തിൽ അമ്മമാർ പ്രത്യേകം ശ്രദ്ധവെയ്ക്കണം. വളരെ കിടുസ്സമായതോ വളരെ അയഞ്ഞതോ വാങ്ങിക്കരുത്. സ്ത്രീകൾക്ക് ദൈവം സ്തനങ്ങൾ നൽകിയിരിക്കുന്നത് പ്രധാനമായും കുഞ്ഞുങ്ങളെ മുലയൂട്ടുവാനാണ്. പക്ഷേ, മൃഗങ്ങളുടെ ആകൃതിയല്ല സ്ത്രീകളുടെ മാറിടത്തിനുള്ളത്. അവൾക്ക് അഴകും ആകർഷണവും പകരുന്ന വടിവിലാണ് സ്ത്രീകൾക്ക് മാറിടം നൽകിയിരിക്കുന്നത്, തന്നെയുമല്ല, പ്രേമലീലകളിൽ മാറിടത്തിന് പ്രത്യേക സ്ഥാനമുണ്ട്. സ്ത്രീശരീരത്തിൽ കൃസരി കഴിഞ്ഞാൽ വികാരോത്തേജനത്തിൽ രണ്ടാം സ്ഥാനം മുലഞെട്ടുകൾക്കാണ് ഉള്ളത്. രണ്ടിനും ഉദ്ദീപന സ്വഭാവമുണ്ട്.

പെൺകുട്ടി പ്രായപൂർത്തിയിലെത്തുന്നതോടെ അവളുടെ ഗർഭാശയം വികസിക്കുവാൻ തുടങ്ങും. ഒപ്പം അവളുടെ അണ്ഡാശയത്തിൽ ഉണ്ടായിരുന്ന അണ്ഡങ്ങളും വളരുവാൻ തുടങ്ങും. ഒരുമാസം ഒരണ്ഡാശയത്തിൽ ഒരണ്ഡം വളർന്നാൽ അടുത്ത മാസം മറ്റേ അണ്ഡാശയത്തിലായിരിക്കും അണ്ഡം വളരുക. ഇങ്ങനെ വളർന്ന് പാകമായി അണ്ഡം അണ്ഡവാഹിനിക്കുഴലിലൂടെ ഗർഭപാത്രത്തിലേക്ക് യാത്രയാകുന്നു.

അതിനോടനുബന്ധമായി പെൺകുട്ടിയുടെ ഗർഭ ഭിത്തിയോടു ചേർന്ന് ഒരു പാട രൂപപ്പെടുന്നു. ഉല്പാദന പക്വതയിലെത്തിയ പെൺകുട്ടിക്ക് ഏതു മാസവും ഗർഭിണിയാകുവാൻ സാധ്യതയുണ്ട്. അങ്ങനെ ഗർഭിണി യാകുന്ന പക്ഷം ഗർഭസ്ഥശിശുവിനെ വേണ്ടപോലെ സംരക്ഷിക്കു വാനാണ് ഈ പാട രൂപം കൊള്ളുന്നത്. ഗർഭിണി ആകാത്ത പക്ഷം നിർവീര്യമായ അണ്ഡവും ഉപയോഗശൂന്യമായ പാടയും പൊട്ടിപ്പോകും. അതാണ് ആർത്തവം.

ആദ്യ ആർത്തവം മകളിൽ പരിഭ്രാന്തി പരത്താതിരിക്കുവാൻ മകളുടെ മാറിടം പതുക്കെ തുടിക്കുവാൻ തുടങ്ങുന്നതോടെ അമ്മമാർ ആർത്തവത്തെക്കുറിച്ച് അവൾക്ക് പറഞ്ഞുകൊടുക്കണം. ആർത്തവം മാസമുറയാണെങ്കിലും ആദ്യവർഷം എല്ലാ മാസവും ആർത്തവം സംഭവിക്കണമെന്നില്ല. ആർത്തവദിവസങ്ങളിൽ എങ്ങനെയാണ് പാഡ്, തുണി ധരിക്കേണ്ടതെന്നും ഏതേത് സമയങ്ങളിൽ അത് മാറി വൃത്തിയാ ക്കണമെന്നും കുട്ടികളെ നിർബന്ധമായും ശീലിപ്പിച്ചിരിക്കണം. കാരണം സ്കൂളിൽ പോകുന്ന കുട്ടികൾ ഈ കാര്യത്തിൽ വളരെ ഉദാസീനഭാവം പുലർത്താറുണ്ട്. ആർത്തവത്തിന്റെ ആദ്യ രണ്ടുദിവസം എല്ലാ ആറാറു മണിക്കൂറുകളിലും പാഡ് മാറ്റുന്നതാണ് നല്ലത്.

മക്കൾക്ക് ലൈംഗിക ജ്ഞാനം പകർന്നുകൊടുക്കുന്നതിനെക്കുറിച്ച് പറയുമ്പോൾ ഒരു കാര്യം പറയാതിരിക്കുവാൻ വയ്യ. മുതിർന്ന മക്കളെ കഴിവതും മാതാപിതാക്കളുടെ കൂട്ടത്തിൽ കിടത്തി ഉറക്കരുത്. മൂന്നു വയസ്സോടെ കുട്ടികൾ കാര്യങ്ങൾ ഓർത്തിരിക്കുവാൻ തുടങ്ങും. അങ്ങനെയിരിക്കെ എട്ടും, ഒമ്പതും വയസ്സായ മക്കളുടെ മുൻപിൽവെച്ച് മാതാപിതാക്കൾ ലൈംഗിക വേഴ്ചയിലേർപ്പെട്ടാലോ? എന്തോ സംഭവിക്കുന്നു എന്നല്ലാതെ എന്താണ് സംഭവിക്കുന്നതെന്ന് അവർക്കറിയില്ല. ഇത്തരം കാഴ്ചകൾ കണ്ടിട്ടുള്ള വളരെയധികം കുട്ടികൾ എന്റെ അടുത്ത് കൗൺസിലിങ്ങിന് വന്നിട്ടുണ്ട്. ഇത്തരം കാഴ്ചകൾ

രണ്ടുതരം പ്രതികരണങ്ങളാണ് അവരിൽ ഉണ്ടാക്കുന്നത്. ചിലർക്ക് പിന്നീട് ലൈംഗിക ബന്ധത്തിനോട് അറപ്പും ഭയവും ഉണ്ടാകുന്നു. ചിലരിൽ അതിനുള്ള ആസക്തി വളരുന്നു. കാര്യങ്ങൾ എന്താണെന്ന് കൃത്യമായി അറിയില്ലെങ്കിലും കളിക്കൂട്ടുകാരായും ബന്ധത്തിൽപെട്ട കുട്ടികളുമായും അവർ കണ്ട കാര്യങ്ങൾ ആവർത്തിക്കുന്നു. അല്പം മുതിർന്ന കുട്ടികൾ കാര്യമായി തന്നെ അത്തരം പരിശ്രമങ്ങൾ നടത്തുന്നു. ചിലരിൽ ഇത് സ്വയംഭോഗത്തിന് കാരണമാകുന്നു.

തന്നെയുമല്ല, മുതിർന്ന കുട്ടികൾ കൂടെ കിടക്കുമ്പോൾ മാതാപിതാക്കൾക്കെങ്ങനെയാണ് സ്വതന്ത്രമായും സ്വൈര്യമായും വേഴ്ചയിൽ ഏർപ്പെടുവാൻ കഴിയുക? കുട്ടികൾ എപ്പോഴാണ് ഉണരുക, കാണുക എന്ന പേടിയായിരിക്കും മാതാപിതാക്കൾക്ക്. മാതാപിതാക്കൾക്കായി നടത്തുന്ന ക്ലാസുകളിൽ ഈ വിവരം ഞാൻ എപ്പോഴും ആവർത്തിക്കാറുള്ളതാണ്. പക്ഷേ, അർഹിക്കുന്ന ഗൗരവത്തിൽ അത് മാതാപിതാക്കൾ എടുക്കുന്നുണ്ടോ എന്ന് എനിക്കറിയില്ല.

കാലാകാലങ്ങളിൽ പ്രായത്തിനും വളർച്ചയ്ക്കും അനുസരിച്ച് മാതാപിതാക്കൾ, പ്രത്യേകിച്ചും അമ്മമാർ മക്കൾക്ക് കാര്യങ്ങൾ പറഞ്ഞുകൊടുക്കണം. ഒപ്പം കൂട്ടുകാരിൽനിന്നും, പ്രത്യേകിച്ചും ആൺമക്കൾക്ക് അപകടം നിറഞ്ഞ അറിവുകൾ കിട്ടുന്നില്ലെന്നും തീർച്ച വരുത്തണം. ■

യഥാ മാതാപിതാ തഥാ സുത

അയോഗ്യനും അനർഹനുമായ ഒരു രാജാവ് നാട് വാഴുമ്പോൾ ആ നാട്ടിലെ പ്രജകളുടെ അവസ്ഥ എന്തായിരിക്കും? അയോഗ്യരായ മാതാപിതാക്കൾക്ക് മക്കളെ എങ്ങനെ യോഗ്യരാക്കി വളർത്താനാകും? മക്കൾ നന്നാകണമെങ്കിൽ ആദ്യം മാതാപിതാക്കൾ നന്നാകണം. 'വിത്തുഗുണം പത്തുഗുണം'.

നീണ്ടകാലത്തെ എന്റെ കൗൺസ്ലിംഗ് പരിചയത്തിൽനിന്നും പഠനത്തിൽനിന്നും ഞാൻ ഒരു കാര്യം മനസ്സിലാക്കി. വിവാഹജീവിതത്തിന് യോഗ്യതയില്ലാത്തവർ വിവാഹജീവിതത്തിൽ പ്രവേശിക്കുന്നതു കൊണ്ടാണ് പലപ്പോഴും വിവാഹജീവിതങ്ങൾ തകർന്നുപോകുന്നത്. പുരുഷനായതുകൊണ്ട്, സ്ത്രീയായതുകൊണ്ട് മാത്രം ആരും വിവാഹജീവിതത്തിൽ പ്രവേശിക്കരുത്. ഏത് ജീവിതാവസ്ഥയിൽ പ്രവേശിക്കുകയായാലും അതിന്റേതായ യോഗ്യത വേണം. വിവാഹജീവിതത്തിൽ പ്രവേശിക്കുകയാണെങ്കിലും അതിന്റേതായ യോഗ്യതകൾ വേണം. പതിനെട്ടു വയസ്സായി, ഇരുപത്തൊന്നു വയസ്സായി എന്ന കാരണം കൊണ്ട് ആരും വിവാഹത്തിന് യോഗ്യരാകുന്നില്ല. മാതാപിതാക്കളാകുന്ന കാര്യത്തിലും ഇതുതന്നെ സത്യം. ഉല്പാദനശേഷി ഉള്ളതുകൊണ്ടു മാത്രം മക്കൾക്ക് ജന്മംകൊടുക്കരുത്. മൃഗങ്ങൾക്ക് കുഞ്ഞുങ്ങൾ ഉണ്ടാകുന്നതു പോലെയല്ല മനുഷ്യർക്ക് കുഞ്ഞുങ്ങളുണ്ടാകേണ്ടത്. മക്കളെ മാതൃകാപരമായി വളർത്തുവാൻ പ്രാപ്തിയില്ലാത്തവർക്ക് മക്കളുണ്ടാകരുത്. മൃഗങ്ങളിൽ ഇണചേരലോടെ ആൺമൃഗത്തിന്റെ ജോലി കഴിഞ്ഞു. മുലയൂട്ടൽ തീരുന്നതോടെ തള്ള മൃഗത്തിന്റെ ജോലിയും കഴിഞ്ഞു. മനുഷ്യരുടെ അവസ്ഥ അതാണോ?

മക്കളുടെ വളർച്ചയുടെ ഓരോ ഘട്ടത്തിലും ഒപ്പം മാതാപിതാക്കളുണ്ടാകണം. മൃഗങ്ങൾക്ക് ശാരീരിക വളർച്ചയേ ഉള്ളൂ. മനുഷ്യക്കുഞ്ഞുങ്ങളുടെ കാര്യത്തിൽ സമഗ്രവളർച്ച ലക്ഷ്യംവെയ്ക്കണം. കുഞ്ഞിന്റെ മാനസികവും ബൗദ്ധികവും വൈകാരികവുമായ വളർച്ചയുടെ പടവുകളിലേക്ക് അവരെ കൈപിടിച്ച് ആനയിക്കണം. അതിന് മാതാപിതാക്കൾ എപ്പോഴും ഒരുമിച്ചുണ്ടാകണം. നമുക്കില്ലാത്തത് മക്കൾക്ക്

കൊടുക്കുവാനാകുകയില്ല. കുഞ്ഞുങ്ങൾ മാതാപിതാക്കളെ കണ്ടാണ് വളരുന്നത്. മാതാപിതാക്കൾ വൈകാരികമായി എങ്ങനെയാണ് പ്രതികരിക്കുന്നതെന്ന് കുഞ്ഞുങ്ങൾ കാണുന്നുണ്ട്. കൊച്ചുകുഞ്ഞുങ്ങൾ പോലും കാര്യങ്ങൾ ഏറെ ശ്രദ്ധിക്കുന്നുണ്ട്. ക്യാമറയുടെ കണ്ണുകൾ ഒപ്പിയെടുക്കുന്നതിനേക്കാൾ വൈഭവത്തിൽ കുഞ്ഞുങ്ങൾ കാര്യങ്ങൾ ഒപ്പിയെടുക്കും. ഓരോ വികാരങ്ങളും എങ്ങനെയാണ് പ്രകടിപ്പിക്കേണ്ടതെന്ന് കുഞ്ഞുങ്ങൾ പഠിക്കുന്നത് മാതാപിതാക്കളിൽനിന്നും മുതിർന്ന കുടുംബാംഗങ്ങളിൽനിന്നുമാണ്. നല്ലതോ ചീത്തതോ ആകട്ടെ, മുതിർന്നവരുടെ പദപ്രയോഗങ്ങൾ അതേപടി അവർ ആവർത്തിക്കും.

അമേരിക്കയിൽ കൗൺസ്ലിംഗ് പഠിക്കുന്ന കാലത്തുണ്ടായ ഒരനുഭവം. എനിക്ക് വളരെ അടുത്ത് പരിചയമുള്ള ഒരു മലയാളി കുടുംബം. ഭാര്യയും ഭർത്താവും രണ്ടോ മൂന്നോ വയസ്സുള്ള മിടുക്കനായ ഒരു മകനും. ഞാൻ ഇടയ്ക്കിടയ്ക്ക് ആ വീട്ടിൽ പോകാറുണ്ട്. വളരെ സൗഹൃദത്തിലാണ്. ഒരു ദിവസം വീട്ടിലിരിക്കുമ്പോൾ ചെറുപ്പക്കാരനായ ഡാഡി പറഞ്ഞു: "അച്ചാ, നല്ലൊരു മലയാളം സിനിമയുണ്ട്. സമയമുണ്ടെങ്കിൽ കാണാം." അന്നുകാലത്ത് മലയാള ചാനലുകളൊന്നും അമേരിക്കയിലെത്തിയിട്ടില്ല. സി.ഡിയുടെ കാലവുമല്ല. കാസറ്റാണ്. ഞാൻ പറഞ്ഞു: "ശരി കാണാം". അവരുടെ കൊച്ചു മകൻ ടി.വി.യിൽ കാർട്ടൂൺ കാണുകയായിരുന്നു. ഡാഡി വി.സി.ആറിൽ കാസറ്റിട്ടു. കാർട്ടൂൺ ചാനൽ മാറി. മകന് അരിശം വന്നു. അവൻ ഡാഡിയെ മലയാളത്തിൽ മുഴുത്ത ഒരു തെറിവിളിച്ചു. എന്റെ മുൻപിൽവെച്ചുള്ള മകന്റെ ആ പദപ്രയോഗത്തിൽ ഡാഡിക്ക് ഒരു ചമ്മലുണ്ടായി. ആ ചമ്മലിൽനിന്ന് രക്ഷപ്പെടുവാനായി ഡാഡി എന്നെ നോക്കി പറഞ്ഞു: "അതവൻ ടി.വി.യിൽനിന്നും പഠിച്ചതാകും." ഞാൻ ചിരിച്ചുകൊണ്ട് പറഞ്ഞു: "അമേരിക്കൻ ടി.വി.യിൽ മലയാളം തെറിയോ." അവന്റെ ഡാഡി അരിശം വരുമ്പോൾ പറയുന്ന വാക്കാണത്. ആ വാക്കിന്റെ അർത്ഥമോ അശ്ലീലച്ചുവയോ കുട്ടിക്കറിയില്ല. അവന്റെ അനുഭവത്തിൽ അരിശം വരുമ്പോൾ പറയുവാനുള്ള ഒരു വാക്കു മാത്രം. കുട്ടികൾ മാതാപിതാക്കൾ പറയുന്നത് ആവർത്തിക്കും. മാതാപിതാക്കളുടെ പ്രവർത്തികൾ അനുകരിക്കും. അവർക്ക് അതിന്റെ അർത്ഥമോ ഗൗരവമോ അറിയണമെന്നില്ല. ഏറെ വർഷങ്ങൾക്ക് മുമ്പ് നാട്ടിൽ സംഭവിച്ച ദാരുണമായ ഒരു സംഭവം പറയാം.

ഒഴിവുദിവസമാണ്. കോഴിക്കറി വെയ്ക്കാം. അച്ഛനും അമ്മയും തീരുമാനിച്ചു. ബ്രോയിലർ കടകൾ ആവാത്ത കാലം. കോഴിയെ കൊന്ന് പപ്പും തൂവലും പറിച്ച് അച്ഛനും അമ്മയും ചേർന്ന് കോഴിയെ മുറിക്കാൻ തുടങ്ങി. അമ്മ ചിറകും കാലും പിടിച്ചുകൊടുത്തു. അച്ഛൻ മുറിക്കുന്നു. അതുകണ്ട് അവരുടെ മൂന്നോ നാലോ വയസ്സുള്ള മകൻ അടുത്തിരിപ്പുണ്ടായിരുന്നു. അല്പം കഴിഞ്ഞ് മകൻ ആ കത്തിയെടുത്തു. അവന്റെ കുഞ്ഞനുജൻ അടുത്ത മുറിയിൽ കിടന്ന് ഉറങ്ങുന്നുണ്ടായിരുന്നു. അവൻ കത്തികൊണ്ട് ഉറങ്ങിക്കിടക്കുന്ന കുഞ്ഞിന്റെ ലിംഗം മുറിച്ചു. ചോരകണ്ട് അവൻ ഭയന്ന്

വിറച്ചു. ഓടിയൊളിച്ചു. പൈതലിന്റെ കരച്ചിൽ കേട്ട് ഓടിവന്ന അച്ഛൻ കാണുന്നത്, ചോരയിൽ കുളിച്ചു കിടക്കുന്ന കുഞ്ഞിനെയാണ്. കോരിയെടുത്ത് കാറിലിട്ട് അച്ഛൻ ആശുപത്രിയിലേക്ക് നീങ്ങി. അപ്പോഴതാ കാറിനടിയിൽ പേടിച്ചൊളിച്ചിരുന്ന മൂത്ത മകന്റെ മേലിലൂടെ കാറ് കയറിയിറങ്ങി. താങ്ങാനാവാത്ത കദന കഥ. ഒന്നും മനഃപൂർവ്വമല്ല. ഒരിക്കൽ മാത്രം ഉണ്ടാകുന്ന സംഭവം. കുട്ടികളുടെ അനുകരണ സ്വഭാവം എടുത്ത് കാണിക്കുവാൻ പറഞ്ഞുവെന്ന് മാത്രം.

ഇതുതന്നെയാണ് അച്ഛനമ്മമാരുടെ മദ്യപാനവും പുകവലിയും വരുത്തിവെക്കുന്നത്. മക്കളെ വളരെ ദോഷമായി സ്വാധീനിക്കുന്നത് ദുർമാതൃകകളാണ്. എന്താഘോഷമുണ്ടായാലും മദ്യം വിളമ്പുന്ന കുടുംബങ്ങളുണ്ട്. അറിയാതെതന്നെ ആൺകുട്ടികൾ മനസ്സിലാക്കുന്നത്, ഘോഷമാകണമോ മദ്യം വേണമെന്നാണ്. പ്ലസ്ടുവിന് പഠിക്കുന്ന പല ആൺകുട്ടികളും ഓണത്തിനും സ്കൂൾ വാർഷികത്തിനുമൊക്കെ മദ്യമെടുക്കും. മക്കൾ നന്നായി വളർന്നുവരണമെങ്കിൽ അതിനനുസൃതമായ ഒരന്തരീക്ഷം വീട്ടിലുണ്ടാകണം. വീട്ടിൽ സ്വത്തുണ്ടോ സൗകര്യങ്ങളുണ്ടോ, അതല്ല പ്രധാനം. മാതാപിതാക്കൾ വലിയ ഉദ്യോഗസ്ഥരാകാം, വീട്ടിൽ എല്ലാ ആധുനിക സജ്ജീകരണങ്ങൾ ഉണ്ടാകാം, അതുകൊണ്ട് കാര്യമായില്ല. കുടുംബത്തിൽ സ്നേഹാന്വിതമായ ഒരന്തരീക്ഷമുണ്ടാകണം. ഉയർന്ന മൂല്യബോധമുൾക്കൊള്ളുന്ന മാതൃകജന്യമായ ജീവിതം നയിക്കുന്ന മാതാപിതാക്കളുണ്ടാകണം.

മാതാപിതാക്കൾ എന്ത് പറഞ്ഞുകൊടുക്കുന്നു എന്നതല്ല, എങ്ങനെ ജീവിക്കുന്നു എന്നതാണ് പ്രധാനം. അതാണ് ഗുണകരമായും ദോഷകരമായും മക്കളെ സ്വാധീനിക്കുന്നത്. മുതിർന്ന മക്കളെ വിവാഹം കഴിച്ച് കൊടുക്കുമ്പോൾ അമ്മമാർ നല്ല ഉപദേശം കൊടുക്കും. "അവിടെ ചെല്ലുമ്പോൾ എല്ലാവരോടും ബഹുമാനവും ആദരവും പുലർത്തണം. ഭർത്താവിന്റെ അമ്മ ഇഷ്ടമില്ലാത്തത് വല്ലതും പറഞ്ഞാൽ തന്നെ നീ അനിഷ്ടം കാണിക്കരുത്. അവരരിശപ്പെട്ടാൽതന്നെ നീ അടങ്ങി നിൽക്കണം. തർക്കുത്തരം പറയുവാൻ പോകരുത്." നല്ല ഉപദേശം. പക്ഷേ, ആ അമ്മ മകൾ വളർന്നുവന്നിരുന്ന ഘട്ടത്തിൽ കാണിച്ചുകൊടുത്തിട്ടുള്ള തെന്താണ്? ഭർത്താവിന്റെ അമ്മയ്ക്കെതിരെ ആക്രോശിക്കുന്ന സ്വന്തം അമ്മയെയാണ് കണ്ടിട്ടുള്ളത്. ഒന്നു കാണിച്ചുകൊടുത്തിട്ട് മറ്റൊന്ന് പറഞ്ഞു കൊടുത്തിട്ട് കാര്യമില്ല.

ഒന്ന് രണ്ട് ഉദാഹരണങ്ങൾ കൂടി പറയാം. ഒരിക്കൽ ഡിഗ്രിക്ക് പഠിക്കുന്ന ഒരു മകളെ കൂട്ടി അമ്മ എന്റെ അടുത്ത് വന്നു. അവൾ ഒരു പ്രേമബന്ധത്തിലാണത്രെ. അമ്മയുടെ ദൃഷ്ടിയിൽ അത്രയും ആരോഗ്യകരമല്ലാത്ത ബന്ധം. പറഞ്ഞ് മനസ്സിലാക്കി ആ ബന്ധത്തിൽനിന്നും മാറ്റിയെടുക്കണം. അതാണ് അമ്മയുടെ ഉദ്ദേശ്യം. അച്ഛനും അമ്മയും വേർപിരിഞ്ഞാണ് ജീവിക്കുന്നത്. അമ്മയ്ക്ക് കൊള്ളാവുന്ന ഒരു ഗവൺമെന്റ് ജോലിയുണ്ട്. അമ്മയോടൊത്ത് മകൾ ജീവിക്കുന്നു. അച്ഛനുമായി വലിയ ബന്ധമില്ല. മകളെ പുറത്തിരുത്തിയാണ് അമ്മ കഥയെല്ലാം എന്നോട് പറഞ്ഞത്. അമ്മയുടെ സംസാരം കഴിഞ്ഞപ്പോൾ ഞാനമ്മയോട് പുറത്തിരുന്ന് മകളെ അകത്തേക്ക് പറഞ്ഞുവിടുവാൻ പറഞ്ഞു. ആമുഖ സംസാരത്തിന് ശേഷം ഞാൻ വിഷയത്തിലേക്ക് കടന്നു. അവളുടെ പ്രേമത്തെക്കുറിച്ച് അവൾ വിശദമായി പറഞ്ഞു. കൂട്ടത്തിൽ അവളൊരു കാര്യം പറഞ്ഞു. "ഫാദർ എന്നോട് എന്തുചോദിച്ചാലും ഞാൻ ഉത്തരം പറയാം. പക്ഷേ, എന്റെ പ്രേമബന്ധത്തെക്കുറിച്ച് അമ്മ അന്വേഷിക്കുന്നതോ, എന്നെ ചോദ്യം ചെയ്യുന്നതോ എനിക്കിഷ്ടമില്ല."

"അതെന്താ മോളെ അങ്ങനെ?"

"അമ്മക്ക് അതിനുള്ള അവകാശമില്ല."

"നിന്റെ അമ്മയല്ലേ? പിന്നെ എന്താ അവകാശമില്ലെന്ന് പറയുന്നത്."

"അമ്മയ്ക്കുണ്ടല്ലോ ഒരു പ്രേമം."

അവൾ കാര്യങ്ങൾ വിവരിച്ചു. "ഞാൻ ഫാദറോട് എല്ലാം പറയാം. അമ്മയ്ക്ക് രണ്ട് ഫോണുണ്ട്. അമ്മയുടെ വിചാരം എനിക്ക് ഇതൊന്നും അറിയില്ലെന്നാണ്. എനിക്കറിയാമെന്നകാര്യം ഫാദർ അമ്മയോട് പറയരുത്. ഞങ്ങൾ രണ്ടുപേരല്ലേ വീട്ടിലുള്ളൂ. ഞങ്ങൾ ഒരുമിച്ച് കിടക്കുന്ന തല്ലേ നല്ലത്. പക്ഷേ, അമ്മയ്ക്ക് ഇഷ്ടമില്ല. അമ്മ ഒറ്റയ്ക്ക് കിടക്കുന്നത് രാത്രി അയാളോട് സംസാരിക്കുവാനാണ്." അതെ, മാതാപിതാക്കൾ

നല്ല മാതാപിതാക്കളാകുവാൻ

തെറ്റായ മാർഗ്ഗത്തിലൂടെ സഞ്ചരിച്ചിട്ട് എങ്ങനെ മക്കളോട് നേരായ മാർഗ്ഗത്തിലൂടെ സഞ്ചരിക്കുവാൻ പറയും?

തൃശ്ശൂരിലെ പ്രസിദ്ധമായ ഒരു സ്കൂളിൽ പ്ലസ്ടുവിന് പഠിക്കുന്ന മകനുമായി മാതാപിതാക്കൾ വന്നു. പ്രിൻസിപ്പാൾ പറഞ്ഞുവിട്ടതാണ്. സ്കൂളിൽനിന്നും വിനോദയാത്ര പോയപ്പോൾ മകൻ കൂട്ടുകാരുമൊത്ത് മദ്യപിച്ചതാണ് പ്രശ്നം. അവനെ കാര്യത്തിന്റെ ഗൗരവം പറഞ്ഞ് ഫാദർ മനസ്സിലാക്കണം. ഞങ്ങൾ പുറത്തിരിക്കാമെന്ന് പറഞ്ഞ് മാതാപിതാക്കൾ വെളിയിൽ പോയി.

"മോൻ കൂട്ടുകാരുമൊത്ത് മദ്യപിച്ചുവോ?" ഞാൻ ചോദിച്ചു.

"ഉവ്വ്." അവൻ സമ്മതിച്ചു.

"എത്രകാലമായി നീ മദ്യപിക്കുവാൻ തുടങ്ങിയിട്ട്?".

"കൂട്ടുകാരുമായി ഇതാദ്യമാണ്."

"അപ്പോൾ പിന്നെ, മറ്റാരുമൊത്താണ് നീ കഴിക്കാറുള്ളത്?"

"ഞാൻ കഴിക്കാറുള്ളത് വീട്ടിൽവെച്ചാണ്."

"അത് ഡാഡിക്ക് അറിയില്ലേ?"

"ഡാഡിതന്നെയാണ് എനിക്ക് ആദ്യം തന്നത്. ഞാൻ എട്ടിൽ പഠിക്കുമ്പോൾ ഒരു പെരുന്നാളിന് ഡാഡി കൂട്ടുകാരുമൊത്ത് കഴിക്കുമ്പോൾ എനിക്ക് കുറച്ച് ബിയർ തന്നു."

"അപ്പോൾ കൂട്ടുകാരുമൊത്ത് നീ കഴിച്ചത് ബിയറാണോ?"

"അല്ല. ഹോട്ട് ഡ്രിങ്കാണ്."

"അത് നീ മുമ്പ് കഴിച്ചിട്ടുണ്ടോ."

"വല്ലപ്പോഴൊക്കെ ഡാഡിയില്ലാത്ത സമയത്ത് ഫ്രിഡ്ജിൽ നിന്നും എടുത്ത് കഴിച്ചിട്ടുണ്ട്."

"ഇനി കഴിക്കരുതെന്ന് മോന് തോന്നുന്നുണ്ടോ?"

"വല്ലപ്പോഴും കഴിക്കുന്നത് ഇത്ര വലിയ തെറ്റാണോ ഫാദർ? ഡാഡി എന്നും കഴിക്കുന്നുണ്ടല്ലോ."

"തൽക്കാലം മോൻ പുറത്തിരിക്ക്. ഞാൻ ഡാഡിയോടും മമ്മിയോടും സംസാരിക്കട്ടെ."

അവൻ പുറത്തുപോയി. ഡാഡിയും മമ്മിയും കടന്നുവന്നു.

"അവൻ ചെയ്തത് തെറ്റാണെന്ന് അവന് ബോധ്യമായോ?" മമ്മി ചോദിച്ചു.

അതിന് ഞാൻ ഉത്തരം പറയും മുമ്പ് ഡാഡി പറഞ്ഞു.

"പുറത്തുപോയി കഴിക്കരുതെന്ന് അവനോട് ആദ്യമേ ഞാൻ പറഞ്ഞിട്ടുള്ളതാണ്."

ഞാൻ പറഞ്ഞു: "ഇന്ന് നിങ്ങൾ പൊയ്ക്കൊള്ളൂ. അവനുമായി കുറച്ചധികം സംസാരിക്കേണ്ടിവരും. പക്ഷേ, അതിനുമുമ്പ് നമുക്കൊരുമിച്ച് മിണ്ടണം." അതിനുള്ള സമയം പറഞ്ഞ് ഞങ്ങൾ പിരിഞ്ഞു. മദ്യപാനിയുടെ മകൻ മദ്യപാനിയായില്ലെങ്കിലേ അത്ഭുതമുള്ളൂ. അതും സ്വന്തം പിതാവുതന്നെ എട്ടിൽ പഠിക്കുന്ന മകന് മദ്യം പകർന്നുകൊടുക്കുക. എനിക്ക് ഉള്ളിൽ അതിശയം തോന്നി. അയാളോട് അല്പം അമർഷവും. പക്ഷേ, ഞാൻ പുറത്തുകാട്ടിയില്ല.

കൈപിടിച്ച് നടത്തേണ്ടവർതന്നെ കുഴിയിലേക്ക് തള്ളിയിട്ടാലോ? മക്കൾ പലപ്പോഴും മാതാപിതാക്കളെ കണ്ടാണ് പഠിക്കുക. എന്ത് പറയണം, എന്ത് പറയണ്ട, എന്ത് ചെയ്യണം, എന്ത് ചെയ്യരുത് ഇതിനെല്ലാം മാതാപിതാക്കളാണ് മാതൃക. മക്കളെ വളർത്തുന്നതിൽ മാതാപിതാക്കളുടെ മാതൃക അതുല്യമാണ്. സൽമാതൃകയായാലും ദുർമാതൃകയായാലും കുട്ടികളിൽ ഏറെ സ്വാധീനം പുലർത്തും.

അച്ഛനമ്മമാരെപോലെതന്നെ വീട്ടിലെ മുതിർന്ന അംഗങ്ങളും കുട്ടികളുടെ സ്വഭാവരൂപീകരണത്തിൽ കാതലായ സ്വാധീനം ചെലുത്തുന്നുണ്ട്. പ്രത്യേകിച്ചും മുതിർന്ന സഹോദരിസഹോദരങ്ങൾ. തിരിച്ചറിവ് വരുന്നതുവരെ, സ്വയമായി ചിന്തിക്കുവാൻ പാകമാകുംവരെ കുട്ടികൾ മൂത്തവരെ കണ്ണടച്ച് അനുകരിക്കും. അതുകൊണ്ട് മൂത്ത മക്കളുടെ സ്വഭാവ രൂപീകരണത്തിലാണ് മാതാപിതാക്കൾ പ്രത്യേക ശ്രദ്ധ വെയ്ക്കേണ്ടത്. അമേരിക്കയിലെ കെന്നഡി സഹോദരങ്ങളുടെ അമ്മ റോസ് കെന്നഡി ഈ സത്യം പലപ്പോഴും അടിവരയിട്ടു പറഞ്ഞിട്ടുണ്ട്. അവർ ഒരിക്കൽ പറഞ്ഞു: "ഞാൻ മൂത്തമകൻ ജോസഫിനെ ഏറെ ശ്രദ്ധിച്ച് വളർത്തി. താഴെയുള്ളവർ അവനെ കണ്ട് പഠിക്കണം."

നാളെ നമ്മുടെ മക്കളെ ഓർത്ത് സന്തോഷിക്കുകയും അഭിമാനിക്കുകയും ചെയ്യണമെങ്കിൽ കുഞ്ഞുനാളിലേ അവരിൽ ഏറെ ശ്രദ്ധ വെയ്ക്കണം. പഴമക്കാർ പറഞ്ഞുവരുന്ന പഴമൊഴി മറക്കാതിരിക്കുക. 'കതിരിൽ വളം വെയ്ക്കരുത്.' സ്വന്തം ജീവിതം മക്കൾക്ക് കൈത്തിരിയായി തീരട്ടെ. നാളെ നമ്മുടെ മക്കൾ തിരിഞ്ഞുനോക്കി നമ്മളെ പഴി പറയരുത്. എന്റെ മാതാപിതാക്കളുടെ മാതൃകാജീവിതമാണ് എന്റെ വളർച്ചയിൽ ഏറ്റവും വലിയ മുതൽകൂട്ടായതെന്ന് അവർ പറയണം. നമ്മുടെ മക്കളെ നല്ലവരായി നമുക്ക് വളർത്താം അതിനായി നമുക്ക് നല്ല മാതാപിതാക്കളാകാം.

■

ലൈംഗികോന്മുഖത

മനുഷ്യജീവിതത്തിൽ ലൈംഗികതയ്ക്ക് വളരെയധികം സ്ഥാനവും സ്വാധീനവുമുണ്ട്. ഇത് എല്ലാവർക്കും സ്വന്തം ജീവിതത്തിൽ അനുഭവപ്പെടുന്ന സത്യമാണ്. പക്ഷേ, സമൂഹവും മതങ്ങളും ആദി മുതലേ ലൈംഗികതയുടെ നേരെ ഒരു നിഷേധാത്മക മനോഭാവം പുലർത്തിപ്പോരുന്നതുകൊണ്ട് ആരും അത് അംഗീകരിക്കുന്നില്ലെന്ന് മാത്രം. ദൈവം മനുഷ്യർക്ക് ഏറെ ശേഷികൾ നൽകി അനുഗ്രഹിച്ചിരിക്കുന്നു. ബുദ്ധിശേഷി, കായികശേഷി, ഓർമ്മശേഷി, ഘ്രാണശേഷി, സ്പർശനശേഷി, ഗ്രാണശേഷി തുടങ്ങി എത്രയോ ശേഷികളാണ് ദൈവം മനുഷ്യന് നൽകിയിരിക്കുന്നത്. അതുപോലെതന്നെ ദൈവം മനുഷ്യന് നൽകിയിരിക്കുന്ന വിശേഷമായ ഒരു ശേഷിയാണ് ലൈംഗിക ശേഷി.

സത്യംപറഞ്ഞാൽ, മറ്റേത് ശേഷികളേക്കാൾ മനുഷ്യവ്യക്തിത്വത്തെ ഏറ്റവും അധികം സ്വാധീനിക്കുന്ന ഒന്നാണ് ലൈംഗിക ശേഷി. ലൈംഗിക ശേഷിക്ക് മനുഷ്യവ്യക്തിത്വത്തിൽ സർവ്വവ്യാപന സ്വാധീനമുണ്ട്. ബുദ്ധിയിലും ശരീരത്തിലും മനസ്സിലും ഒരുപോലെ വ്യാപനം ചെയ്തിരിക്കുന്ന പ്രതിഭാസമാണ് ലൈംഗികത. ബുദ്ധിശേഷി മസ്തിഷ്കകോശങ്ങളെ മാത്രം ആശ്രയിച്ചിരിക്കുന്നു. ശ്രവണ ശേഷിയായാലും ദർശന ശേഷിയായാലും ഘ്രാണശേഷിയായാലും എല്ലാം അതിനനുസൃതമായ ഇന്ദ്രിയങ്ങളിൽ മാത്രം നിബന്ധിതമാണ്. എന്നാൽ ലൈംഗിക ശേഷിയുടെ കഥ അതല്ല. മസ്തിഷ്ക്കത്തിൽനിന്നും ലഭിക്കുന്ന ചോദനകളുടെ ഫലമായാണ് ഹൃദയത്തിൽ വികാരത്തുടിപ്പ് അനുഭവപ്പെടുന്നത്. അതിനനുസൃതം രക്തചംക്രമണത്തിൽ വ്യത്യാസമുണ്ടാകുന്നു. ആ വ്യതിയാനങ്ങൾക്കനുസൃതം ലൈംഗിക അവയവങ്ങളിൽ ഉത്തേജനങ്ങൾ ഉണ്ടാകുന്നു. അങ്ങനെ ബുദ്ധിയും മനസ്സും ശരീരവും ഒരുപോലെ

പങ്കെടുക്കുന്ന ഒരു വ്യാപാരവും മനുഷ്യനിൽ ഇല്ല. എന്നിട്ടും അർഹിക്കുന്ന പ്രാധാന്യത്തോടെ നാം അതിനെ നോക്കി കാണുന്നില്ല, അതേപറ്റി പഠിക്കുന്നില്ല. ഒരുപക്ഷേ, കാലാകാലങ്ങളായി ലൈംഗികതയുടെ നേരെ നാം പുലർത്തിപ്പോരുന്ന നിഷേധാത്മക കാഴ്ചപ്പാടാവാം അതിനു കാരണം.

വ്യക്തിത്വവികാസത്തിലും വ്യക്തിത്വരൂപവൽക്കരണത്തിലും ലൈംഗികതയ്ക്ക് ഏറെ പ്രാധാന്യമുള്ളതുകൊണ്ട് മക്കളെ വളർത്തിക്കൊണ്ടുവരുന്ന മാതാപിതാക്കൾ അടിസ്ഥാനപരമായി ചില കാര്യങ്ങൾ അറിഞ്ഞിരിക്കേണ്ടതുണ്ട്. ആദ്യംതന്നെ, ലൈംഗികതയെക്കുറിച്ചുള്ള നമ്മുടെ കാഴ്ചപ്പാട് കുറ്റമറ്റതായിരിക്കണം. എല്ലാറ്റിനോടും ആരോഗ്യകരമായ ഒരു കാഴ്ചപ്പാടാണ് വേണ്ടത്. നിർഭാഗ്യകരമെന്നു പറയട്ടെ, തലമുറകളായി നമുക്ക് ലൈംഗികതയെക്കുറിച്ച് പകർന്നുകിട്ടിയിട്ടുള്ള കാഴ്ചപ്പാട് വളരെ അനാരോഗ്യകരവും അശാസ്ത്രീയവും നിഷേധാത്മകവുമാണ്. ഇതിൽ മതങ്ങൾക്കും മാതാപിതാക്കൾക്കും സമൂഹത്തിനും വലിയ പങ്കുണ്ട്. എല്ലാ മതങ്ങളുംതന്നെ ലൈംഗികതയെ ഗുണപരമായി സമീപിച്ചുകണ്ടിട്ടില്ല. ലൈംഗികത, അതിൽതന്നെ നിന്ദ്യമാണ്, നീചമാണ്, നികൃഷ്ടമാണ്, തിന്മയാണ്, പാപമാണ്, കഴിവതും ലൈംഗിക വികാരങ്ങളെ അടിച്ചമർത്തേണ്ടതാണ്. ഇത്തരമൊരു കാഴ്ചപ്പാടാണ് ലൈംഗികതയെക്കുറിച്ച് കാലാകാലങ്ങളായി കൈമാറി കിട്ടിയിരിക്കുന്നത്. ഇത് ദൈവിക പദ്ധതിക്കു തന്നെ എതിരാണ്. ദൈവം ഒന്നും അശുദ്ധമായി സൃഷ്ടിച്ചിട്ടില്ല. ലൈംഗിക അവയവങ്ങളും ലൈംഗിക വികാരങ്ങളും എല്ലാം ദൈവദത്തമാണ്, ദൈവത്തിന്റെ വരദാനമാണ്. ലൈംഗികത പാവനമാണ്, പവിത്രമാണ്, പരിശുദ്ധമാണ്, ദൈവികമാണ്, പുണ്യമാണ്. ഇങ്ങനെയുള്ള ഗുണപരവും സത്യസന്ധവുമായ കാഴ്ചപ്പാടാണ് കുഞ്ഞുനാൾ മുതലേ മക്കൾക്ക് പകർന്നു കൊടുക്കേണ്ടത്. ലൈംഗികതയുടെ മഹത്വവും മനോഹാരിതയും കുട്ടിക്കാലം മുതലേ പറഞ്ഞു മനസ്സിലാക്കണം. അല്ലെങ്കിൽ ഭാവിജീവിതത്തിൽ, പ്രത്യേകിച്ചും വിവാഹജീവിതത്തിൽ ദോഷഫലങ്ങൾ ഉണ്ടായേക്കാം.

പുരുഷന്മാർ മദ്യപിച്ചാൽ, പൊതുവെ ആരാധനാലയങ്ങളിൽ പ്രാർത്ഥിക്കുവാൻ പോകാറില്ല. ഇങ്ങനെ മദ്യപിച്ചിട്ട് പ്രാർത്ഥിക്കുവാൻ ദേവാലയങ്ങളിൽ പോകുവാൻ മടിക്കുന്ന പുരുഷന് മദ്യപിച്ചിട്ടും ഭാര്യയുടെ അരികിൽ ലൈംഗികവേഴ്ചയ്ക്ക് പോകുവാൻ ഒരു സങ്കോചവുമില്ല. ഏതാണ് കൂടുതൽ തെറ്റ്? മദ്യപിച്ചിട്ട് ദേവാലയത്തിൽ പോകുന്നതോ, മദ്യപിച്ചിട്ട് ഭാര്യയെ ലൈംഗികബന്ധത്തിന് സമീപിക്കുന്നതോ? രണ്ടും തെറ്റാണ്. എന്നാൽ കൂടുതൽ തെറ്റ് ഭാര്യയെ ലൈംഗിക വേഴ്ചയ്ക്ക് സമീപിക്കുന്നതാണ്. ആരാധനാലയം കല്ലും മണ്ണുംകൊണ്ട് നിർമ്മിച്ചതാണ്. മനുഷ്യന്റെ ശരീരം ഈശ്വരന്റെ സജീവമായ ആലയമാണ്. സജീവമായ ആലയത്തോടാണോ നിർജ്ജീവമായ ആലയത്തോടാണോ

ബഹുമാനവും ആദരവും കൂടുതൽ വേണ്ടത്? ഇത് കുഞ്ഞുനാളിലെ മാതാപിതാക്കൾ മക്കൾക്ക് പകർന്നുകൊടുക്കുന്ന മനോഭാവത്തിന്റെ ഫലമാണ്. കുഞ്ഞുങ്ങളെ ആരാധനാലയങ്ങളിൽ കൊണ്ടുപോകുമ്പോൾ വണക്കത്തോടും ബഹുമാനത്തോടുംകൂടി പെരുമാറുവാൻ പഠിപ്പിക്കുന്നു. അതേ പ്രായത്തിൽ ലൈംഗികതയുടെ നേരെ 'അപ്പി', 'ചപ്പട്ട' എന്ന ചീത്ത മനോഭാവം പറഞ്ഞുകൊടുക്കുന്നു. അപ്പോൾ പിന്നെ, ഒരു ചീത്ത കാര്യത്തിന് പോകുമ്പോൾ മദ്യപിച്ചാലെന്തെന്ന് പുരുഷന്മാർ ചിന്തിക്കുന്നു. ഇതാണ് കുഞ്ഞുനാളിലേ പകർന്നുകൊടുക്കുന്ന മനോഭാവത്തിന്റെ പ്രത്യേകതയും പ്രാധാന്യവും.

കുട്ടികൾ വളർന്ന് ഉല്പാദനപക്വതയിലെത്തുന്നതോടെ ലൈംഗിക ആനന്ദം അനുഭവിക്കുവാനുള്ള ദാഹം അവരിൽ നാമ്പിടുന്നു. നാലു മാർഗ്ഗങ്ങളാണ് പൊതുവെ ലൈംഗിക ആനന്ദം പ്രാപിക്കുവാൻ മനുഷ്യർ തേടിവരുന്നത്. അവരിലുള്ള ലൈംഗികോന്മുഖതയ്ക്ക് അനുസരിച്ച് അവർ തേടുന്ന മാർഗ്ഗങ്ങൾ വ്യത്യാസപ്പെട്ടിരിക്കും. ആ മാർഗ്ഗങ്ങൾ

- പൂരകവർഗ്ഗവുമായി (Hetro Sexual)
- ഒരേ വർഗ്ഗവുമായി (Homo Sexual)
- ഇരുവർഗ്ഗവുമായി (Bi Sexual)
- തന്നിൽതന്നെ (Auto Sexual)

മനുഷ്യനെ ദൈവം സൃഷ്ടിച്ചിരിക്കുന്നത് സ്ത്രീയും പുരുഷനുമായിട്ടാണ്. അപ്പോൾ സ്വാഭാവികമായും പൂർണ്ണതയ്ക്കായി മനുഷ്യൻ പൂരകവർഗ്ഗത്തെ തേടും. പുരുഷൻ സ്ത്രീയേയും, സ്ത്രീ പുരുഷനേയും. ഒരാൺകുട്ടി പ്രായപൂർത്തിയിലെത്തുന്നതോടെ അവന്റെ മനസ്സിൽ അവനറിയാതെത്തന്നെ ഒരു സ്ത്രീരൂപം തെളിഞ്ഞുവരുന്നു. അവൻ മനഃപൂർവ്വം മനസ്സിൽ മെനഞ്ഞെടുക്കുന്ന രൂപമല്ലത്. സ്വയമേവ രൂപം കൊള്ളുന്നതാണ്. പൂർണ്ണതയ്ക്കായുള്ള അവന്റെ ദാഹം, മനസ്സിൽ രൂപം കൊണ്ട ആ സ്ത്രീയെ തേടിയുള്ള പ്രയാണത്തിലാണ്. പ്രയാണത്തിനിടയിൽ തന്റെ സങ്കല്പത്തെ കണ്ടുമുട്ടിയാൽ ആ സ്ത്രീയുമായി ചേരുവാൻ അവന്റെ ചേതന തിടുക്കം കൂട്ടും. നമ്മുടെ സാമൂഹിക ധാർമ്മികത അതിന് അനുവാദം തരാത്തതുകൊണ്ട് തൽക്കാലം അവൻ ആ ആഗ്രഹം ഉപേക്ഷിക്കും. സമൂഹം അംഗീകരിക്കുന്ന വിവാഹവിധിക്കായി അവൻ കാത്തിരിക്കും. സ്ത്രീയുടെ കഥയും ഇതുതന്നെ. അപ്പോൾ പൂരകവർഗ്ഗത്തോട് ആകർഷണം തോന്നുന്നത് മനുഷ്യവ്യക്തി എന്ന നിലയിൽ ആരോഗ്യകരമായ കാര്യമാണ്. എന്നാൽ ഈ ആകർഷണത്തെ ചിലർ, പ്രത്യേകിച്ചും ചില മതപ്രസംഗകർ അധാർമ്മികമായി ചിത്രീകരിക്കാറുണ്ട്. അവരുടെ വീക്ഷണത്തിൽ, ഞാൻ നേരത്തെ സൂചിപ്പിച്ചതു പോലെ ലൈംഗികമായ എല്ലാം ചീത്തയാണ്. അതുകൊണ്ട് ലൈംഗിക ആകർഷണവും ചീത്തയാണ്. പ്രായപൂർത്തി പ്രാപിച്ച

നമ്മുടെ മക്കൾക്ക് പൂരകവർഗ്ഗത്തോട് ആകർഷണമുണ്ടെന്നത് മാനസികാരോഗ്യത്തിന്റെ ലക്ഷണമാണ്. അതില്ലാതിരിക്കുന്നതാണ് അപകടം.

പൂരകവർഗ്ഗത്തോട് ആകർഷണം തോന്നാത്ത ചിലർ സ്വവർഗ്ഗത്തോട് അടുപ്പം കാണിച്ചെന്നു വരാം. അങ്ങനെയുള്ളവർ സ്വവർഗ്ഗത്തോട് അടുക്കുകയും അതിൽനിന്നും ലൈംഗികസുഖം നുകരാനും ശ്രമിക്കും. ചിലപ്പോൾ ഇത് താൽക്കാലികമാകാം. ചിലർ അവരെ എന്നന്നേക്കും ജീവിതപങ്കാളിയായി സ്വീകരിച്ചെന്നും വരും. ഇവരെയാണ് സ്വവർഗ്ഗ പ്രേമികൾ എന്നു വിളിക്കുന്നത്. രണ്ടുകാരണംകൊണ്ടാണ് സ്വവർഗ്ഗ പ്രേമികൾ ഉണ്ടാകുന്നത്. ചിലർക്ക് ജന്മനാ പൂരകവർഗ്ഗത്തോട് ആകർ ഷണം ഉണ്ടാകുകയില്ല. പകരം സ്വവർഗ്ഗത്തോട് തന്നെയായിരിക്കും ആകർഷണം. എന്നാൽ ഒരേ വർഗ്ഗക്കാർ മാത്രം പഠിക്കുകയും ജീവി ക്കുകയും ചെയ്യുന്ന സാഹചര്യങ്ങളിൽ പൂരകവർഗ്ഗത്തിന്റെ അഭാവത്തിൽ ഒരേ വർഗ്ഗക്കാരോട് താത്പര്യമുണ്ടായെന്നുവരാം. അതവർക്ക് പൂരകവർഗ്ഗ ത്തോട് ആകർഷണമില്ലാത്തതുകൊണ്ടല്ല, അവരുമായി ഇടപഴകുവാൻ സൗകര്യമില്ലാത്തതുകൊണ്ടാണ്. അതുകൊണ്ട് എപ്പോഴും സഹവിദ്യാ ഭ്യാസമാണ് അഭിലഷണീയം. ആൺകുട്ടികളും പെൺകുട്ടികളും ഒരുമിച്ച് വളരണം. അതാണ് സ്വാഭാവികം.

ഒരിക്കൽ ഒരു കോൺവെന്റ് കോളേജിൽ പി.ജി.ക്ക് ഒരുമിച്ച് പഠി ക്കുന്ന രണ്ട് പെൺകുട്ടികൾ എന്റെ അടുത്ത് കൗൺസ്‌ലിംഗിന് വന്നു. അവരിൽ ഒരാൾ വിവാഹിതയാണ്. വിവാഹം കഴിഞ്ഞ കുട്ടിക്ക് ഡിവോ ഴ്സ് വേണം. എന്നിട്ട് കൂട്ടുകാരിയോടൊത്ത് കഴിയണം. അതായിരുന്നു ആവശ്യം. കൗൺസ്‌ലിംഗ് കഴിഞ്ഞപ്പോൾ എനിക്ക് മനസ്സിലായി, അതിലൊരാൾ ജന്മനാ സ്വവർഗ്ഗപ്രേമിയും മറ്റേയാൾ ദ്വിലിംഗപ്രേമിയു മാണെന്ന്. അവർ ഹോസ്റ്റലിൽ ഒരുമിച്ച് ജീവിച്ചിരുന്ന കാലത്ത് അവർ ഇണകളെപ്പോലെയാണ് ജീവിച്ചുവന്നത്. അതിനിടയിലാണ് ഒരുവളുടെ വിവാഹം കഴിഞ്ഞത്. വിവാഹാനന്തരം ഭർത്താവൊത്തു ജീവിച്ച് അവധി കഴിഞ്ഞുവന്നപ്പോൾ കൂട്ടുകാരി വീണ്ടും കൂടെ കഴിയുവാൻ വിവാഹിത യായ പെൺകുട്ടിയെ നിർബ്ബന്ധിക്കുവാൻ തുടങ്ങി. അപ്പോഴാണ് സംഘർഷം ആരംഭിക്കുന്നത്.

ജയിലിനുള്ളിൽ സ്വവർഗ്ഗരതിയിൽ കഴിയുന്നവരിൽ ചിലർ വീട്ടിൽ ഭാര്യയും കുട്ടികളും ഉള്ളവരാണ്. ലൈംഗിക ആസക്തിയിൽ, ഭാര്യയി ല്ലാത്തതുകൊണ്ട് അവർ അതേ വർഗ്ഗത്തിലുള്ള ഇണയെ തേടുന്നു. അല്ലാതെ പൂരകവർഗ്ഗത്തോട് ആകർഷണമില്ലാതെയല്ല. പൂരകവർഗ്ഗ ത്തിന്റെ അഭാവത്തിലാണ്.

ഇനി സ്വഭാവത്താൽ തന്നെ ദ്വിലിംഗപ്രേമികളുണ്ട്. ചില ദാമ്പത്യ ബന്ധങ്ങൾ തകരുവാൻ ഇതാണ് കാരണം. ഇത്തരം അനുഭവങ്ങളും എന്റെ കൗൺസ്‌ലിംഗ് പരിചയത്തിലുണ്ടായിട്ടുണ്ട്. ദാമ്പത്യജീവിതം

പുലർത്തുമ്പോൾ തന്നെ വിവാഹത്തിന് മുമ്പുണ്ടായിരുന്ന സ്വവർഗ്ഗാനുരാഗിയുമായി ബന്ധം തുടർന്നുവരുന്നവരുണ്ട്. ചിലർ വിവാഹാനന്തരവും ഒരേ വർഗ്ഗത്തെ തേടിപ്പോകുന്നുണ്ട്. ഇത് ലൈംഗിക ധാർമ്മികതയുടെയും ലൈംഗികോന്മുഖതയുടെയും പ്രശ്നമാണ്.

ഇനി, സ്വയംഭോഗത്തെക്കുറിച്ച് അല്പം പരാമർശിക്കാം. സ്വന്തം ശരീരഭാഗങ്ങളിൽതന്നെ സ്പർശിച്ച് ഭോഗസുഖം അനുഭവിക്കുന്നതിനെയാണ് സ്വയംഭോഗം എന്നുപറയുന്നത്. ലൈംഗിക ഹോർമോണുകളുടെ പ്രവർത്തനഫലമായി ലൈംഗികപക്വതയിൽ എത്തുന്നതോടെ ലൈംഗിക ആസക്തി വളരുകയായി. അപ്പോൾ ലൈംഗികസുഖം അനുഭവിക്കുവാനുള്ള ബോധപൂർവ്വമായ ആഗ്രഹം ഉണ്ടായേക്കാം. പിറന്നുവീണ് മാസങ്ങൾ കഴിയുന്നതോടെ കുഞ്ഞുങ്ങൾ ബോധപൂർവ്വമല്ലാതെ ലൈംഗിക അവയവങ്ങളിൽ സ്പർശിക്കുന്നത് മാതാപിതാക്കൾ ശ്രദ്ധിച്ചിട്ടുണ്ടാകും. അവരുടെ കൈകൾ തട്ടിമാറ്റിയാൽതന്നെ വീണ്ടും വീണ്ടും സ്പർശിക്കുന്നതിൽ അവർ മുഴുകുന്നതു കാണാം. നാഡികൾ വന്ന് ചേരുന്ന ഇടമാകയാൽ ലൈംഗിക അവയവങ്ങൾ ശരീരത്തിലെ മറ്റു ഭാഗങ്ങളേക്കാൾ ഇന്ദ്രിയാനുഭൂതി പകരുന്ന ഇടങ്ങളാണ്. അതുകൊണ്ട് കുഞ്ഞുങ്ങൾക്ക് ലൈംഗിക അവയവങ്ങളിൽ സ്പർശിക്കുമ്പോൾ ഒരുതരം സുഖം ലഭിക്കുന്നുണ്ടാകും. ഇത് കാണുന്ന ചില അമ്മമാർ അവരുടെ അസ്വസ്ഥത പങ്കുവെച്ച് കണ്ടിട്ടുണ്ട്. അതേക്കുറിച്ച് ഒട്ടും ആകുലപ്പെടേണ്ടെന്നേ ഞാൻ അവരോട് പറയാറുള്ളൂ. അത് ആ പ്രായത്തിന്റെ പ്രകൃതമാണ്.

ഇനി, ലൈംഗിക ഹോർമോണുകൾ പ്രവർത്തിക്കാൻ ആരംഭിക്കുകയും ലൈംഗിക അവയവങ്ങൾ വളർച്ചയെ പ്രാപിക്കുകയും ചെയ്യുന്നതോടെ കൗമാരക്കാർ ബോധപൂർവ്വം സ്വയംഭോഗശീലത്തിലേക്ക് കടന്നുവെന്ന് വന്നേക്കാം. ഈ പ്രായത്തിൽ മാതാപിതാക്കൾ മക്കൾക്ക് ലൈംഗികതയെക്കുറിച്ച് വ്യക്തമായ അറിവ് പകർന്നുകൊടുക്കുവാൻ ശ്രമിക്കണം. ലൈംഗിക ജിജ്ഞാസ, പ്രത്യേകിച്ചും ആൺകുട്ടികളിൽ നിറഞ്ഞുനിൽക്കുന്ന പ്രായമാണ് കൗമാരാരംഭം. ആരോഗ്യകരമായ രീതിയിൽ അറിവ് പകർന്നു നൽകിയില്ലെങ്കിൽ, നേരത്തെ ഒരദ്ധ്യായത്തിൽ സൂചിപ്പിച്ചപോലെ കൂട്ടുകാർ അവർക്ക് 'ട്യൂഷൻ' കൊടുത്തുവെന്നു വരും. അത് അപകടം വരുത്തിവെക്കും.

ധാരാളം കൗമാരപ്രായക്കാർ സ്വയംഭോഗത്തെക്കുറിച്ച് ഒട്ടേറെ സംശയങ്ങളുമായി എന്നെ സമീപിക്കാറുണ്ട്. കടുത്ത നിരാശയിൽ കുറ്റബോധത്തോടെ സമീപിക്കുന്നവരാണ് അധികം പേരും. സ്വയംഭോഗത്തിന്റെ നീരാളിപ്പിടുത്തത്തിൽ അകപ്പെട്ടു കഴിഞ്ഞെന്നും ഇനി ഈ മഹാവിപത്തിൽനിന്നും രക്ഷപ്പെടാനാവില്ലെന്നും കരുതുന്നവർ. കൂട്ടുകാർ ഏറെ തെറ്റായ ധാരണകൾ ഇവരിൽ കുത്തിവെച്ചതിന്റെ ഫലമാണത്. സ്വയംഭോഗം ചെയ്താൽ കണ്ണ് കുഴിയും, കവിളൊട്ടും, മുഖക്കുരുവരും,

മുടികൊഴിയും, ശരീരം ക്ഷീണിക്കും, രക്തനഷ്ടമുണ്ടാകും, ഓർമ്മശക്തി കുറയും, ദാമ്പത്യ ജീവിതം അസാധ്യമാകും എന്നു തുടങ്ങിയ നൂറു നൂറ് അബദ്ധധാരണകളാണ് കുട്ടികൾക്കുള്ളത്. ഇത്തരം അബദ്ധ പാഠങ്ങൾ പഠിപ്പിക്കുന്ന മുതിർന്നവരുമുണ്ട്. പല മതാദ്ധ്യാപകരും ആത്മീയഗുരുക്കന്മാരും വളരെ ആധികാരികമായി ഇത്തരം മണ്ട ത്തരങ്ങൾ പറഞ്ഞുകൊടുക്കുന്നു. കുട്ടികളിൽ കുറ്റബോധമുണ്ടാകുവാൻ ഇതാണ് പ്രധാന കാരണം. ചില മതസ്ഥാപനങ്ങളിലും ധ്യാനകേന്ദ്ര ങ്ങളിലും വിതരണം ചെയ്യുന്ന ഇത്തരം ലഘുലേഖകളും വാരികകളും കുട്ടികളും മാതാപിതാക്കളും എന്റെ അടുത്ത് കൊണ്ടുവന്നിട്ടുണ്ട്. അവയിൽ വിവരിച്ചിട്ടുള്ള ദോഷങ്ങളാണ് നേരത്തെ ഞാൻ സൂചി പ്പിച്ചത്. കുട്ടികളിൽ മാനസിക സംഘർഷവും സമ്മർദ്ദവും ഉണ്ടാക്കാ മെന്നല്ലാതെ അതുകൊണ്ട് ഒരു പ്രയോജനവുമില്ല.

സ്വയംഭോഗം കൊടുംപാപമാണ്, തിന്മയാണ്, നരകശിക്ഷയ്ക്ക് കാരണമാകും തുടങ്ങിയ അശാസ്ത്രീയ കാര്യങ്ങൾ പറഞ്ഞ് കുട്ടികളെ ആവശ്യമില്ലാതെ ഭയചകിതരാക്കുന്നു. യുക്തിരഹിതവും അശാസ്ത്രീയ വുമായ കാര്യങ്ങൾ കുട്ടികളെ പഠിപ്പിക്കരുത്. ശരീരത്തിൽ അധികമായു ണ്ടാകുന്ന എല്ലാറ്റിനെയും പുറത്തുകളയുവാനുള്ള സംവിധാനം ശരീര ത്തിനുള്ളിൽ തന്നെയുണ്ട്. മലമൂത്രവിസർജ്ജനമൊക്കെ ഈ സംവിധാ നത്തിന്റെ ഭാഗമാണ്. ആൺകുട്ടികളിൽ ശുക്ലസംഭരണശാലയിൽ ശുക്ലം നിറയുമ്പോൾ അത് പുറത്തുപോകും. അതാണ് അവർക്കുണ്ടാകുന്ന നിദ്രാസ്ഖലനം. ഇങ്ങനെ ശുക്ലം നിറഞ്ഞിരിക്കുന്ന അവസരങ്ങളിൽ അകാരണമായോ അപ്രതികരണമായോ അത് പുറത്തുകളയുവാനുള്ള ഒരു പ്രവണത ആൺകുട്ടികളിലുണ്ടാകും. അത് വളർച്ചയുടെ ഭാഗ മായിട്ടേ കാണേണ്ടതുള്ളൂ. അല്ലാതെ തെറ്റായോ കുറ്റമായോ ചിത്രീ കരിക്കരുത്. എന്തും തഴക്കമാകുമ്പോഴാണ് ദോഷമാകുന്നത്. തഴക്ക മാകാതിരിക്കുവാൻ ശ്രദ്ധിക്കുവാൻ പറയണം. അത്തരം തഴക്കങ്ങൾക്ക് കാരണമായേക്കാവുന്ന ദൃശ്യശ്രാവ്യ മാർഗ്ഗങ്ങളെ ഉപേക്ഷിക്കുവാൻ പറയണം. ഒപ്പം ശാരീരികമാനസികോർജ്ജത്തെ സൃഷ്ടിപരമായി ഉപയോഗിക്കുവാനും പഠിപ്പിക്കണം. ഇത്തരം സൃഷ്ടിപരമായ കാര്യ ങ്ങളിൽ ശ്രദ്ധ ചെലുത്തുമ്പോൾ മറ്റ് പ്രേരണകൾക്ക് ഇടമില്ലാതാകും.

ലൈംഗികതയുടെ അടിസ്ഥാന ധർമ്മങ്ങൾ കൗമാരഘട്ടത്തിൽ തന്നെ കുട്ടികൾക്ക് പറഞ്ഞുകൊടുക്കണം. മനുഷ്യന് മാത്രം ദൈവം നൽകിയിട്ടുള്ള വിശേഷ സിദ്ധിയാണ് ലൈംഗികത. മൃഗങ്ങൾക്ക് ഉല്പാദനശേഷിയേയുള്ളൂ. ലൈംഗികശേഷിയില്ല. വിശേഷ ബുദ്ധിയുള്ള മനുഷ്യന് മാത്രമേ ലൈംഗിക ശേഷിയുള്ളൂ. അവന് മാത്രമേ ലൈംഗികത യുടെ ഔചിത്യവും അർത്ഥവും മനസ്സിലാക്കി ഉപയോഗിക്കാനാവൂ. ലൈംഗികത മനുഷ്യന് ദൈവം നൽകിയിട്ടുള്ളത്. പ്രധാനമായും മൂന്ന് കാര്യങ്ങൾക്കാണ്.

- സ്നേഹിക്കുവാനും (To love)
- കൊടുക്കുവാനും (To give)
- ബന്ധം സ്ഥാപിക്കുവാനും (To relate)

ഈ മൂന്നു ഘടകങ്ങളുടെ അഭാവത്തിൽ ലൈംഗികതയില്ല. ഇവയുടെ അഭാവത്തിൽ ഒരു സ്ത്രീയും പുരുഷനും ശാരീരികമായി ബന്ധ പ്പെട്ടാലും അത് ലൈംഗികബന്ധമാവുന്നില്ല. വെറും ശാരീരിക ബന്ധമേ ആകുന്നുള്ളൂ. ഒരു ബന്ധത്തിന് ചാരുതയും അർത്ഥവും കൈവരണ മെങ്കിൽ ഈ മൂന്നംശവും ആ ബന്ധത്തിലുണ്ടാകണം. കുടുംബത്തി ലേക്കുതന്നെ നോക്കൂ. ഏത് കുടുംബത്തിലാണോ അച്ഛൻ തന്നെത്തന്നെ മറന്ന് ഭാര്യയ്ക്കും മക്കൾക്കും വേണ്ടി ജീവിക്കുന്നത് അവിടെ സ്നേഹ മുണ്ട്, ദാനമുണ്ട്, ബന്ധമുണ്ട്. അപ്പോൾ, സത്യം പറഞ്ഞാൽ ലൈംഗിക ബന്ധത്തിന് ശാരീരികബന്ധം നിർബ്ബന്ധമല്ല. നിസ്വാർത്ഥമായ അർപ്പണ മാണ് വേണ്ടത്.

മനഃപൂർവ്വം തഴക്കമെന്ന രീതിയിൽ ഒരാൾ സ്വയംഭോഗത്തിൽ ഏർപ്പെടുമ്പോൾ ലൈംഗികതയുടെ അടിസ്ഥാനഘടകങ്ങൾ അവിടെ യില്ല. തന്നെയുമല്ല, സ്വാർത്ഥതമാത്രമാണുള്ളത്. തനിക്ക് സുഖിക്കണം. അത്രമാത്രം. ഇങ്ങനെ സ്വാർത്ഥ ലക്ഷ്യത്തോടെ സ്വയംഭോഗം ശീലിച്ചി ട്ടുള്ള ഒരാളുടെ ദാമ്പത്യബന്ധവും വിജയിക്കണമെന്നില്ല.

അതുകൊണ്ട്, അശാസ്ത്രീയ കാര്യങ്ങൾ പറഞ്ഞ് ഭയപ്പെടുത്തി, കുട്ടികളെ സ്വയംഭോഗത്തിൽനിന്ന് പിന്തിരിപ്പിക്കാതെ ലൈംഗികതയുടെ ധാർമ്മികത പറഞ്ഞ് മനസ്സിലാക്കണം. വളർച്ചയുടെ ഭാഗമായുണ്ടാകുന്ന ഒരു പ്രതിഭാസത്തെ പാപബോധം കുത്തിക്കേറ്റി മലീമസമാക്കരുത്. അവരുടെ ചിന്തയേയും ഭാവനയേയും സൃഷ്ടിപരമായ കാര്യങ്ങളിലേക്ക് തിരിച്ച് വിടുക. ആരോഗ്യകരവും ശാസ്ത്രീയവുമായ ഒരു കാഴ്ചപ്പാട് കുട്ടികളിൽ വളർത്തിയെടുക്കുക. ∎

യൗവ്വനോദയം

യൗവ്വനാവസ്ഥയുടെ ആരംഭം ഒരാളിൽ തന്റെ വ്യക്തിത്വത്തെ ക്കുറി ച്ചുള്ള പുതിയൊരവബോധം അങ്കുരിപ്പിക്കുന്നു. താൻ ഒരു വ്യക്തിയാ ണെന്നും കുടുംബത്തിലും സമൂഹത്തിലും തനിക്ക് ഒരു പ്രത്യേക സ്ഥാനമുണ്ടെന്നും തോന്നിത്തുടങ്ങുന്നു. കുടുംബത്തിലെ ഒരു കുട്ടിയെന്ന അവസ്ഥ വിട്ട് സമൂഹത്തിലെ ഒരംഗമായി തീർന്നിരിക്കുന്നു. തന്നെ ത്തന്നെ കൂടുതൽ ഗൗരവത്തോടെ നോക്കിക്കാണുവാൻ ശ്രമിക്കുന്നു. ആൺകുട്ടികൾ ഈ പ്രായത്തിൽ തങ്ങളുടെ വളർച്ച മറ്റുള്ളവരുടെ മുൻപിൽ എടുത്ത് കാട്ടുവാനും അംഗീകാരം പിടിച്ചു പറ്റുവാനും ശ്രമി ക്കുന്നു. സാഹസകൃത്യങ്ങൾക്ക്പോലും തയ്യാറാകുന്നു. ഉദാ:- വീട്ടിൽ നിന്നുമുള്ള ഒളിച്ചോട്ടം, പുകവലി, മദ്യപാനം. തങ്ങളുടെ വളർച്ചയെയും പ്രായത്തെയും അംഗീകരിക്കാത്തവരെ നിശിതമായി വിമർശിക്കുന്നു. 'പയ്യ', 'മോനേ' തുടങ്ങിയ സംബോധനകളെ അവൻ വെറുക്കുന്നു. സമപ്രായക്കാരിൽ ഈ 'പുരുഷഭാവം' കണ്ടില്ലെങ്കിൽ പരിഹസിക്കുകയും ചെയ്യുന്നു. "നിനക്ക് മീശമുളച്ചതും പട്ടിക്ക് മീശ മുളച്ചതും തമ്മിൽ എന്തെടാ വ്യത്യാസം?"

പെൺകുട്ടികളിലാകട്ടെ യൗവ്വനാരംഭത്തിൽ ആൺകുട്ടികളിൽ നിന്നും വിപരീതമായ പെരുമാറ്റമാണ് പ്രത്യക്ഷപ്പെടുന്നത്. അവരിൽ ഒരുതരം ലജ്ജയും നാണവുമാണ് കാണാൻ കഴിയുക. അതുവരെ ഓടിച്ചാടി സ്വത ന്ത്രമായി നടന്ന പെൺകുട്ടികൾ കൂടുതൽ ഒതുങ്ങിക്കൂടുവാൻ തുട ങ്ങുന്നു. ജനൽപാളികൾക്കും വാതിൽകാതുകൾക്കും പിന്നിൽ മറയാൻ

തുടങ്ങുന്നു. ഇല്ലെങ്കിൽതന്നെ മുതിർന്നവർ ഓർമ്മിപ്പിച്ചു കൊടുക്കും. “ഇപ്പോഴും കൊച്ചുകുട്ടിയെന്നാ വിചാരം, തലയും മൊലയും വന്ന പെണ്ണാ”

ലൈംഗിക വളർച്ചയുടെ ഈ പുതിയ ഘട്ടത്തിൽ എല്ലാവർക്കും തന്നെ ജീവിതത്തിൽ ഒരുതരം അസന്തുലിതാവസ്ഥ അനുഭവപ്പെടാറുണ്ട്. ഒരിടത്തും തങ്ങിനിൽക്കാത്ത മനസ്സ്. ശരീരത്തിൽ പ്രവർത്തിക്കുവാൻ തുടങ്ങിയിരിക്കുന്ന ഹോർമോണുകളുടെ സന്തുലിതമല്ലാത്ത പ്രവർത്തന മാണിതിന് കാരണം. എല്ലാവരുടെയും ശ്രദ്ധയിൽപ്പെടണമെന്നും എന്നാൽ താൻ ശ്രദ്ധിക്കപ്പെട്ടേക്കില്ലെന്നും ഉള്ള ഭീതിയും സംഭ്രാന്തിയും മനസ്സിലുണ്ടാകുന്നു. തങ്ങളെക്കുറിച്ചുതന്നെ കൂടുതൽ ആശങ്ക യുണ്ടാകുന്ന കാലമാണിത്. ഒപ്പം ഭാവിജീവിതത്തെക്കുറിച്ചുള്ള ആലോചനകളും മനസ്സിൽ സ്ഥലം പിടിക്കുന്നു. ഒരു നല്ല ജോലി, ജീവിതാവസ്ഥ, ജീവിത സഖി ഇതെല്ലാം ചിന്താവിഷയമാകുന്നു. എല്ലാവരുടെയും ശ്രദ്ധ പിടിച്ചുപറ്റാൻ കൊതിക്കുന്ന ഈ പ്രായത്തിൽ തന്നിലുണ്ടെന്ന് തോന്നുന്ന പോരായ്മകൾ ഒരുതരം അപകർഷതാ ബോധത്തിന് ഇരയാക്കുന്നു. ശരീര വൈകല്യങ്ങൾ, ബുദ്ധിപരമായ പരിമിതി, സാമ്പത്തിക ശേഷിയില്ലായ്മ, കലാകായിക രംഗങ്ങളിലുള്ള കഴിവ് കുറവ്, ഇങ്ങനെ പലതുമാകാം ഓരോരുത്തരുടെയും അപകർ ഷതാബോധത്തിന് അടിസ്ഥാനപരമായി നിൽക്കുന്നത്. ഇവിടെയാണ് ആത്മാവബോധവും ആത്മാഭിമാനവും വളർത്തിയെടുക്കേണ്ടത്.

യൗവ്വനാരംഭം ഒരേവർഗ്ഗത്തിൽ ഏകദേശം ഒരേ സമയത്താണ് പ്രത്യക്ഷപ്പെടുന്നതെങ്കിലും ലൈംഗിക പക്വത കൈവരുന്ന കാര്യത്തിൽ വ്യക്തമായ വ്യതിയാനം സമാനപ്രായക്കാരിൽ കാണുവാൻ കഴിയും. ചിലരിൽ ഇത് 8 വയസ്സുമുതലേ ആരംഭിക്കുമ്പോൾ ചിലർക്ക് 18 വയസ്സു വരെ കാത്തിരിക്കേണ്ടിവരും. ഈ വ്യത്യാസം കൗമാര പ്രായക്കാരുടെ സാമൂഹ്യ ബന്ധങ്ങളിലും വ്യക്തിത്വവളർച്ചയിലും വലുതായ സ്വാധീനം വരുത്തുന്നു. സമപ്രായക്കാരുടെ ഇടയിലെന്ന പോലെ മറ്റു സമൂഹ ങ്ങളിലും ശാരീരിക വളർച്ചയുള്ളവർക്ക് കൂടുതൽ അംഗീകാരം ലഭിക്കുന്നു. അവർ കൂടുതൽ പക്വതയുള്ളവരായി പരിഗണിക്കപ്പെടുന്നു. 15 വയസ്സുള്ള ഒരേ ക്ലാസിൽ പഠിക്കുന്ന രണ്ട് കുട്ടികളിൽ ഒരാൾക്ക് 18 വയസ്സുകാരന്റെ ശാരീരിക വളർച്ച ഉണ്ടായിരിക്കാം. മറ്റൊരാൾക്ക് 12 വയസ്സുകാരന്റെ വളർച്ചയെ കാണുകയുള്ളൂ. അപ്പോൾ സമപ്രായ ക്കാരിൽ ഒരാളോട് സമൂഹം 18 വയസ്സുള്ള മുതിർന്ന ചെറുപ്പക്കാര നോടെന്നപോലെ പെരുമാറുമ്പോൾ ഇതരനോട് 12 വയസ്സുള്ള കുട്ടിയോടെന്നപോലെ പെരുമാറുന്നു. സമപ്രായക്കാരുടെ ഇടയിലുള്ള പെരുമാറ്റത്തിൽപോലും ഈ വ്യത്യാസം പ്രകടമാണ്. തങ്ങളോട് മറ്റുള്ളവർ പെരുമാറുന്നതിനനുസരിച്ച് അവരും പ്രതികരിക്കാൻ തുടങ്ങും ഈ അനുഭവം വളർച്ചക്കുറവുള്ളവരിൽ ഒരുതരം സംഘർഷം സൃഷ്ടി ക്കുന്നു. സമപ്രായക്കാരെപ്പോലെ താനും അംഗീകരിക്കപ്പെടുകയും സ്വീകരിക്കപ്പെടുകയും ചെയ്യുന്നില്ല എന്ന വേദന അവരിലുണ്ടാക്കുന്നു.

ശാരീരികശേഷി പലയിടത്തും ഏറെ പരിഗണിക്കപ്പെടാറുണ്ട്. കായിക രംഗത്ത് അവർക്ക് കൂടുതൽ അംഗീകാരം ലഭിക്കുന്നു. ശാരീരിക മികവുള്ളവർ സമപ്രായക്കാരിൽനിന്നും കൂടുതൽ അംഗീകാരവും ആദരവും പിടിച്ചുപറ്റുന്നു. ശാരീരികമായി അധികം ശേഷിയില്ലാത്തവർക്ക് ഇതൊരുതരം അസ്വസ്ഥതയും അരക്ഷിതാവസ്ഥയുമാണ് പകരുന്നത്. കാലിഫോർണിയായിലെ ഒരു യൂണിവേഴ്സിറ്റിയിൽ മേരി യോനസും നാൻസി സൈലിയും ചേർന്ന് നടത്തിയ ഒരു പഠനം സമപ്രായക്കാരുടെ ഇടയിൽ കണ്ടുവരുന്ന ഈ വ്യത്യാസം തെളിയിച്ചിട്ടുണ്ട്. ശാരീരിക വളർച്ചയുള്ള കുട്ടികളോട് പ്രായമായവർ കൂടുതൽ പക്വതയോടെ പെരുമാറുന്നു. സമൂഹത്തിൽ അംഗീകാരം നേടിയെടുക്കുവാൻ അവർക്ക് വളരെ എളുപ്പമാണ്.

തങ്ങളുടെ അപര്യാപതതയെക്കുറിച്ച് തികഞ്ഞ അവബോധത്തോടെ അവധാനപൂർവ്വം കൈകാര്യം ചെയ്തില്ലെങ്കിൽ ഭാവിയിൽ ഇത്തരക്കാർ അന്യരുടെ കാര്യങ്ങളിൽ ആവശ്യത്തിലധികം ഇടപെട്ടെന്ന് വരും, തന്റെ അഭിപ്രായങ്ങൾ മറ്റുള്ളവരിൽ അടിച്ചേൽപിക്കുവാൻ ശ്രമിച്ചെന്നുവരും. വിമർശനസ്വഭാവികളുമായിത്തീരും. അംഗീകാരം പിടിച്ചുപറ്റുവാനുള്ള പരിശ്രമത്തിന്റെ ഫലമാണിത്.

എന്നാൽ വൈകിവരുന്ന ശാരീരിക പക്വത പെൺകുട്ടികളിലാകട്ടെ ആൺകുട്ടികളിൽനിന്നും നേരെ വിപരീതമായ ഫലങ്ങളാണ് ഉളവാക്കുന്നത്. ശാരീരിക വളർച്ചക്കുറവുള്ളവരാണ് കൂടുതൽ ഊർജ്ജസ്വലരും കാര്യപ്രാപ്തരുമായി കാണപ്പെടുന്നത്. കാരണം ലജ്ജാശീലം അവർക്കേറെ കുറവായിരിക്കും. പൊതുരംഗങ്ങളിൽ പ്രത്യക്ഷപ്പെടുന്നതിൽ അവർ അധികം മടി കാണിക്കുകയില്ല. ശാരീരികവളർച്ച പ്രാപിക്കുന്ന പെൺകുട്ടികൾ കാണിക്കേണ്ട അടക്കൊതുക്കത്തെക്കുറിച്ച് സമൂഹം പുലർത്തിവരുന്ന അഭിപ്രായത്തിന്റെ പ്രതിഫലനമായിരിക്കാം ഇത്.

ശരീരത്തെക്കുറിച്ചും അവയവഘടനയെക്കുറിച്ചും അതീവ ശ്രദ്ധ പുലർത്തുന്ന ഘട്ടമാണ് കൗമാരപ്രായം. ആൺകുട്ടികളും പെൺകുട്ടികളും ഒരുപോലെ ഇക്കാര്യത്തിൽ ശ്രദ്ധ പുലർത്തുന്നു. ഉറച്ച പേശികളും വിരിഞ്ഞ മാറിടവും പുരുഷത്വത്തിന്റെ ലക്ഷണമായി ആൺകുട്ടികൾ കാണുന്നു. കൃശഗാത്രികളായി കാണപ്പെടുവാൻ ആഗ്രഹിക്കുന്നുണ്ടെങ്കിലും പെൺകുട്ടികൾ ഈ പ്രായത്തിൽ തങ്ങളുടെ മാറിടത്തിന്റെ വലിപ്പത്തിലും വടിവിലും പോരായ്മകളുണ്ടെങ്കിൽ ഏറെ ദുഃഖിക്കുന്നു. പെൺകുട്ടികൾ സൗന്ദര്യത്തിന്റെ കാര്യത്തിൽ കൂടുതൽ ശ്രദ്ധ വെയ്ക്കുമ്പോൾ ആൺകുട്ടികൾ ശാരീരികശക്തിയിലാണ് ശ്രദ്ധ ചെലുത്തുന്നത്. ഇരുവർഗ്ഗക്കാരും തങ്ങളുടെ സമപ്രായക്കാരിൽകാണുന്ന പൗരുഷസ്ത്രൈണ കുറവുകളെ പരിഹാസത്തിന് ഏറെ വിഷയമാക്കുന്നു. കൗമാരപ്രായക്കാരിൽ, ഈ രംഗത്ത് ഏല്ക്കുന്ന പരിഹാസമാണ് ജീവിതത്തിലേറ്റവും മുറിവുണ്ടാക്കുന്നത്.

കൗമാരപ്രായത്തിലാണ് തനതായ ഒരു വ്യക്തിത്വവും സ്വഭാവത്തിന് ഒരു തനിമയും കൈവരുന്നത്. വ്യക്തിത്വം എന്നു പറയുന്നത് ഒരു

പരിധിവരെ ഞാൻ ആരാണ്? എനിക്ക് ആരായിത്തീരണം? എന്നീ ചോദ്യങ്ങൾക്ക് ഞാൻ തന്നെ നൽകുന്ന മറുപടിയായിരിക്കും. എന്റെ മനോഭാവങ്ങളെന്നപോലെ മറ്റുള്ളവർക്ക് എന്റെ നേരെയുള്ള മനോഭാവങ്ങളും വ്യക്തിത്വ നിർണ്ണയത്തിൽ പങ്കുവഹിക്കുന്നു. വ്യക്തിത്വമെന്നത് സദാ പരിണാമത്തിന് വിധേയമാണ്. മനഃശാസ്ത്രജ്ഞനായ എറിക്സൺ പരാമർശിക്കുന്ന വ്യക്തിത്വ വളർച്ചയുടെ എട്ട് ഘട്ടങ്ങളിൽ അഞ്ചാം തലത്തിൽ ഈ വ്യക്തിത്വത്തിന്റെ തനിമയെ അദ്ദേഹം ചർച്ചാവിഷയമാക്കുന്നുണ്ട്. ഈ ഘട്ടത്തിലാണ് ഒരാൾ ശാരീരികവും മാനസികവുമായ ഒട്ടേറെ പരിണാമങ്ങൾക്ക് വിധേയമാകുന്നത്. വളരെ വ്യക്തമായ ശാരീരിക വളർച്ച അനുഭവപ്പെടുന്നതോടൊപ്പം ഇതരവർഗ്ഗത്തോടുള്ള ബന്ധങ്ങൾ, സമൂഹത്തോടുള്ള പ്രതിബദ്ധത, സമപ്രായക്കാരുടെ ഇടയിലുള്ള തന്റെ സ്ഥാനം, അംഗീകാരം എന്നിവയെക്കുറിച്ചെല്ലാം കൂടുതൽ ശ്രദ്ധാലുവായിത്തീരുന്നു.

പുതിയൊരു സ്വാതന്ത്ര്യം അനുഭവിക്കാൻ തുടങ്ങുന്ന ഈ പ്രായത്ത് തന്റെ ഭാവിജീവിതത്തെക്കുറിച്ച് ചിന്തിക്കുന്ന വ്യക്തി നാനാവിധ സാധ്യതകളാണ് മുന്നിൽ ദർശിക്കുന്നത്. അതുകൊണ്ടുതന്നെ ഒരളവോളം സംശയാകുലവും സന്ദേഹപൂർണവുമാണ് ഈ പ്രായം. സ്വന്തം ഭാവി തിരഞ്ഞെടുക്കുവാനുള്ള കനത്ത ഉത്തരവാദിത്വം അവരെ വല്ലാതെ അലട്ടുന്നു. ഈ പ്രായത്ത് കാണുന്ന അനുകരണഭ്രമം സ്വന്തം തനിമയെ കണ്ടെത്തുന്നതിന്റെ ഭാഗം കൂടിയാണ്. തന്നിൽ ഉണ്ടായിക്കാണുവാൻ ആഗ്രഹിക്കുന്ന ഗുണങ്ങൾ ആരിൽ കാണുന്നുവോ അവരെ അന്ധമായി അനുകരിക്കുവാനുള്ള ഒരു വ്യർത്ഥശ്രമം. അവരുടെ ചേഷ്ടകൾവരെ അനുകരിക്കുവാൻ ഇത്തരക്കാർ അന്ധമായി ശ്രമിച്ചെന്നുവരും.

തന്റെ സ്ത്രീത്വത്തിനോ പുരുഷത്വത്തിനോ ഇതരവർഗ്ഗത്തിൽ നിന്നും അംഗീകരം കിട്ടുവാൻവേണ്ടികൂടിയാണ് ഇത്തരക്കാർ ഈ പ്രായത്തിൽ പ്രണയബന്ധങ്ങളിൽ ഏർപ്പെടുന്നത്. അതുപോലെതന്നെ തന്റെ വ്യക്തിത്വത്തെക്കുറിച്ച് ഇതരവ്യക്തിക്ക് ഏറെ മതിപ്പുണ്ടാക്കുവാനാണ് നിരന്തരമായ സംസാരത്തിൽ മുഴുകുന്നത്. ഇങ്ങനെ തന്റെ ലൈംഗിക വ്യക്തിത്വത്തെ ഇതരവ്യക്തിയുടെ ആദരവിലൂടെ നേടിയെടുക്കുവാനുള്ള ശ്രമം ഈ പ്രായത്തിലുണ്ടാകും.

മാതാപിതാക്കളിൽനിന്നും വൈരുദ്ധ്യാത്മകമായ അഭിപ്രായങ്ങൾ കേൾക്കേണ്ടിവരുന്ന പ്രായമാണ് യൗവ്വനോദയം. വീട്ടിൽ ചർച്ചകളും ആലോചനകളും നടക്കുന്ന വേളയിൽ എന്തെങ്കിലും അഭിപ്രായം പറഞ്ഞാൽ മാതാപിതാക്കൾ പറയും: “മീശ മുളയ്ക്കുവാൻ തുടങ്ങിയതേയുള്ളൂ. അവന്റെ അഭിപ്രായപ്രകടനം കണ്ടില്ലേ?” എന്തെങ്കിലും തെറ്റോ, കുറ്റമോ സംഭവിച്ചാൽ അതേ മാതാപിതാക്കൾ പറയും: “കൊച്ചുകുട്ടിയെന്നാ വിചാരം. മുതിർന്ന ചെക്കനാ/പെണ്ണാ” ഇത്തരം വൈരുദ്ധ്യപൂർണ്ണമായ പ്രസ്താവനകൾ മക്കളിൽ സന്ദേഹം സൃഷ്ടിക്കും. തനിക്ക് പ്രായവും പ്രാപ്തിയും കൈവന്നോ, ഇല്ലേ എന്ന സന്ദേഹം. അതുകൊണ്ട് മക്കളുടെ വികാരവിചാരങ്ങളെ കണക്കിലെടുത്തുവേണം ഈ പ്രായത്തിൽ മക്കളോട് സംസാരിക്കുവാനും പെരുമാറുവാനും. ■

ദൈവോന്മുഖത

നമ്മുടെ മക്കളെ നമുക്ക് ദൈവോന്മുഖതയിൽ വളർത്താം. അവരുടെ മനസ്സിൽ നന്മ നട്ടുപിടിപ്പിക്കാം. മൂല്യബോധത്തിൽ അധിഷ്ഠിതമായ ജീവിതം നയിക്കുവാൻ അഭ്യസിപ്പിക്കാം. ബാല്യകാലത്തിൽ തന്നെ, കൗമാരം കൈവരുംമുമ്പേ കുട്ടികളിൽ മൂല്യബോധം രൂപപ്പെടും. ഓരോരു ത്തരേയും ഓരോരോ മൂല്യങ്ങളായിരിക്കും ഭരിക്കുക. ദൈവം, അധികാരം, അംഗീകാരം, വിജയം, ധനം, മാനം, സ്ഥാനം, പേര്, പ്രശസ്തി, സ്നേഹം, സാഹോദര്യം, കരുണ. ഇങ്ങനെ വ്യത്യസ്തമായ മൂല്യങ്ങളാണ് ഓരോരു ത്തരേയും ഭരിക്കുന്നത്. ഈ മൂല്യങ്ങൾക്ക് നൽകുന്ന മുൻഗണനാഭാവ മാണ് വ്യക്തിത്വങ്ങളെ വ്യത്യസ്തമാക്കുന്നത്. അല്പം ധനലാഭമോ, ചെറിയൊരു സ്ഥാനക്കയറ്റമോ കിട്ടുവാൻ വേണ്ടി കൊലപാതകം വരെ ചെയ്യുവാൻ തയ്യാറാകുന്നവരുണ്ട്. എത്ര വലിയ ലാഭം കൈവരുമെന്ന് കണ്ടാലും ഒരസത്യംപോലും പറയുവാൻ തയ്യാറാവാത്തവരുമുണ്ട്. വളർച്ചയുടെ പാതയിൽ ഏതേത് മൂല്യങ്ങളാണോ മക്കളിൽ വേരുറയ്ക്കു ന്നത് അതിനാനുപാതികമായ ഫലങ്ങളാണ് അവർ ഭാവിയിൽ പുറപ്പെടു വിക്കാൻ പോകുന്നത്.

മക്കളാണ് നമ്മുടെ സ്വപ്നം. ഊണിലും ഉറക്കത്തിലും അവരെ ക്കുറിച്ചുള്ള ചിന്തയേയുള്ളൂ. അറിഞ്ഞും അറിയാതെയും എപ്പോഴും മക്കൾക്കുവേണ്ടി പ്രാർത്ഥിക്കാറുണ്ട്. "ദൈവമേ, എന്റെ മകനെ / മകളെ മിടുക്കനാക്കണമേ / മിടുക്കിയാക്കണമേ. ആപത്തൊന്നും വരുത്തരുതേ, അപകടങ്ങളിൽ ഉൾപ്പെടുത്തരുതേ, രോഗങ്ങളൊന്നും വരുത്തല്ലേ, നല്ല ബുദ്ധിയും പ്രാപ്തിയും കൊടുക്കണമേ, നന്നായി പഠിക്കുവാനും നല്ല മാർക്ക് വാങ്ങിക്കുവാനും സഹായിക്കണമേ..." നല്ലകാര്യം. നല്ല

പ്രാർത്ഥന. കൂട്ടത്തിൽ "ദൈവമേ, അവരെ നന്മയുടെ വഴിയിലൂടെ നയിക്കണമേ, വിശുദ്ധിയിൽ വളർത്തണമേ, മറ്റുള്ളവർക്ക് ഉപകാരമുള്ള വരായിത്തീർക്കണമേ" എന്നുകൂടി പ്രാർത്ഥിക്കാറുണ്ടോ? അവരെത്ര മിടുക്കന്മാരായാലും പ്രാപ്തരായാലും സമ്പന്നരായാലും അവർ നല്ലവരായില്ലെങ്കിൽ എന്ത് പ്രയോജനം? നമ്മുടെ നാട് നശിപ്പിക്കുന്നത് ബുദ്ധിയും പ്രാപ്തിയും ഇല്ലാത്തവരല്ല, ഉള്ളവരാണ്. ഖജനാവ് കട്ട് മുടിക്കുന്നത്, കള്ളപ്പണം കൈകാര്യം ചെയ്യുന്നത്, ഭീകരപ്രവർത്തനം നടത്തുന്നത്, മതതീവ്രത വളർത്തുന്നത്, ആസൂത്രിതമായി കൂട്ടക്കൊല നടത്തുന്നത് മദ്യമയക്കുമരുന്നുകളുടെ മാഫിയയിൽ പ്രവർത്തിക്കുന്നത് ബുദ്ധിയും പ്രാപ്തിയും ഉള്ളവരാണ്, സ്വഭാവശുദ്ധിയില്ലാത്തവരാണ്, ദൈവചിന്ത യില്ലാത്തവരാണ്.

മക്കൾ തിരിച്ചറിവിലേക്ക് എത്തുന്നതോടെ മൂല്യാധിഷ്ഠിത ജീവിതം നയിക്കുവാൻ അവരെ പരിശീലിപ്പിക്കണം. സമഭാവന, സാഹോദര്യം, സഹിഷ്ണുത, സമഷ്ടിസ്നേഹം എന്നിവ അവരിൽ നട്ടുപിടിപ്പിക്കണം. ഇന്ന് ലോകം ഒന്നാകെ സ്വാർത്ഥതയുടെ പാതയിലൂടെയാണ് സഞ്ചരിക്കുന്നത്. അപരനെക്കുറിച്ചുള്ള കരുതലില്ലായ്മയാണ് ലോകത്തിന് സംഭവിച്ചിരിക്കുന്ന ഏറ്റവും വലിയ വിപത്ത്. സാർവത്രികഭാവം നഷ്ട പ്പെട്ടിരിക്കുന്നു. ലോകത്തിന് ആകമാനം അവകാശമുള്ള സമ്പത്ത് ഏതാനും വ്യക്തികൾ മാത്രം, രാജ്യങ്ങൾമാത്രം കൈയ്യടക്കിവെച്ചി രിക്കുന്നു. അവരുടെ വളർച്ചയ്ക്ക് വിരോധമായി നിൽക്കുന്ന എന്തിനേയും ആരേയും ഇല്ലാതാക്കുക. അതിനായി എന്ത് കുത്സിതമാർഗ്ഗവും സ്വീകരി ക്കുക. കുട്ടി നേതാക്കൾ മുതൽ ലോകനേതാക്കന്മാരെ വരെ നയിക്കുന്ന നയം ഇതാണ്.

പങ്കുവെയ്ക്കൽ സ്വഭാവം വീട്ടിൽനിന്നേ വളർത്തിയെടുക്കണം. എടുക്കുന്നതോടൊപ്പം കൊടുക്കുന്നതിലും കുട്ടികളിൽ താത്പര്യം വളർത്തണം. വീട്ടിലെ തീന്മേശയിൽനിന്നേ ഈ സ്വഭാവം വളർത്തിയെടു ക്കാനാവും. ഒരുമിച്ച് ഭക്ഷണം കഴിക്കുന്ന എല്ലാവർക്കും കിട്ടുന്നുണ്ടോ എന്ന ചിന്ത ഉണ്ടാകണം. ഭക്ഷണ പദാർത്ഥങ്ങളായാലും കളിക്കോപ്പു കളായാലും പരസ്പരം പങ്കുവെച്ച് ഉപയോഗിക്കുവാൻ കുട്ടികളെ ശീലിപ്പിക്കണം.

മതചിന്തയേക്കാൾ ദൈവചിന്തയും മതബോധത്തെക്കാൾ ദൈവ ബോധവും മക്കളിൽ കുഞ്ഞുനാളിലെ വളർത്തിയെടുക്കണം. മതം ആചാരങ്ങളുടെയും അനുഷ്ഠാനങ്ങളുടെയും ചടങ്ങുകളുടെയും ഒരു ആകത്തുകയാണ്. ചടങ്ങുകൾകൊണ്ട് മനുഷ്യനോ സമൂഹത്തിനോ ഒരു ഉപകാരവുമില്ല. കാലാകാലങ്ങളായി അർത്ഥമോ ഔചിത്യമോ നോക്കാതെ തുടർന്നുപോരുന്ന ചടങ്ങുകളും ആചാരങ്ങളും മാമൂലുകളിലും പാരമ്പര്യ ങ്ങളിലും അള്ളിപ്പിടിച്ചുകിടക്കുവാനേ ഉപകരിക്കുകയുള്ളൂ. സംസ്കാര ത്തിൽ മുന്നേറുവാൻ സഹായിക്കുകയില്ല. മനുഷ്യനിലെ ധിഷണാശക്തി യേയും പുരോഗമനവാഞ്ഛയേയും തല്ലിക്കെടുത്താനേ ഉപകരിക്കൂ.

കുഞ്ഞുണ്ണി മാഷ് പറഞ്ഞപോലെ "ചടങ്ങിൽ കുടുങ്ങി കിടന്നാൽ ചടയ്ക്കും."

മതങ്ങളും ചടങ്ങുകളും വേണമോ, ദൈവവും മൂല്യങ്ങളും വേണമോ? ഇതാണ് അടിസ്ഥാന ചോദ്യം. മൂല്യങ്ങളെ തള്ളിപ്പറഞ്ഞ് ഒരാൾക്ക് ദൈവവിശ്വാസിയാകുവാൻ കഴിയുകയില്ല. പക്ഷേ, മൂല്യങ്ങളെ തള്ളി പ്പറഞ്ഞ് ഒരാൾക്ക് മതവിശ്വാസിയാകുവാൻ സാധിക്കും. അവിടെയാണ് മതവിദ്വേഷവും മതതീവ്രതയും വരുന്നത്. ഒരേ ഈശ്വരൻ തന്നെയാണ് ഓരോ മനുഷ്യനെയും സൃഷ്ടിച്ചത്. പക്ഷേ, ഓരോ മതവും ഓരോ ഈശ്വരന്മാരെ സൃഷ്ടിച്ചു. ഇതുകണ്ട് ദൈവത്തിന് മനുഷ്യരോട് പുച്ഛവും പരിഹാസവും ആണോ തോന്നുന്നത്? അതോ സഹതാപമാണോ തോന്നുന്നത്? ദൈവത്തോട് ചോദിക്കണം. മതത്തിലായാലും രാഷ്ട്രീയ ത്തിലായാലും ഭിന്നതകളും ചേരിതിരിവുകളും വെറുപ്പും വിദ്വേഷവുമേ കൊണ്ടുവരുകയുള്ളൂ. ഐക്യം ഇല്ലാത്തിടത്ത് ഈശ്വരൻ ഉണ്ടാവുക യില്ല. ഈശ്വരൻ ഒന്നാണ്, സാർവത്രിക ഭാവത്തിന്റെ പര്യായമാണ്. അവിടെ ഭിന്നതയില്ല, വെറുപ്പില്ല, വിദ്വേഷമില്ല.

എല്ലാ പുണ്യപുരുഷന്മാരും മതങ്ങൾക്കതീതമായി ജീവിച്ചിട്ടുള്ള വരാണ്. അവർ ജീവിച്ചിരുന്ന കാലത്ത്, അവർ പിറന്ന് വീണ മതങ്ങളിലെ തന്നെ ജീർണ്ണതയെ ചോദ്യം ചെയ്തവരാണ്. മതേതര ഭാവവും സാർവത്രിക ചിന്തയുമാണ് അവരെ പുണ്യപുരുഷന്മാരാക്കിയത്. അവരാരും ഒരു മതവും സ്ഥാപിച്ചിട്ടില്ല. പിന്നീട് വന്നവരാണ് അവരുടെ പേരിൽ മതങ്ങൾക്ക് രൂപം നൽകിയത്.

മതങ്ങൾ ദൈവത്തിന്റെ മാർഗ്ഗത്തിലൂടെയാണ് സഞ്ചരിക്കുന്ന തെങ്കിൽ എല്ലാ മതങ്ങളിലും ദൈവമുണ്ട്. അടിസ്ഥാനപരമായി എല്ലാ മതങ്ങളും ഒന്നുതന്നെയാണ്. ആചാരങ്ങളിലും അനുഷ്ഠാനങ്ങളിലും മാത്രമേ വൈജാത്യമുള്ളൂ. ജന്മംകൊണ്ടും ശീലംകൊണ്ടും ഏതാചാര ങ്ങളുമായിട്ടാണോ ചേർന്നുപോകുവാൻ ഓരോരുത്തർക്കും കൂടുതൽ സുഖവും സൗകര്യവും തോന്നുന്നത് അവർ അത് സ്വീകരിക്കട്ടെ. മറ്റുള്ളവരെ തള്ളിപ്പറയാതിരിക്കുവാനും പരിഹസിക്കാതിരിക്കുവാനും ശ്രദ്ധിച്ചാൽ മതിയാകും. എന്റെ ആചാരങ്ങളും അനുഷ്ഠാനങ്ങളും അപരന് ബുദ്ധിമുട്ടുണ്ടാക്കരുത്. അത്രമാത്രം.

സ്ഥാനത്തും അസ്ഥാനത്തും 'ദൈവമേ, ദൈവമേ' എന്നുവിളിക്കുന്നു ണ്ടോ എന്നല്ല പ്രധാനം, സ്വന്തം മനസ്സിൽ കുടിവാഴുന്ന ദൈവവുമായി നിങ്ങൾ നല്ല ബന്ധത്തിലാണോ എന്നതാണ് പ്രധാനം. പ്രശ്നങ്ങളിലും പ്രതിസന്ധികളിലും ദൈവത്തിന്റെ മനസ്സ് തേടുന്നുണ്ടോ എന്നതാണ് പ്രധാനം. അത്തരമൊരു പരിശീലനം മക്കൾക്ക് കൊടുക്കണം. ദൈവ ഹിതാനുസരണം ജീവിക്കുവാൻ മക്കളെ പരിശീലിപ്പിച്ചിട്ടുണ്ടെങ്കിൽ അവരെക്കുറിച്ച് ഒരിക്കലും ദുഃഖിക്കേണ്ടിവരില്ല. ആചാരാധിഷ്ഠിത മായ ഭക്തിയേക്കാൾ ധ്യാനാധിഷ്ഠിതമായ ഭക്തിയിൽ മക്കൾ വളരട്ടെ.

ഈശ്വരനൊത്ത് ഇരിക്കുവാനും ഈശ്വരഹിതം തേടുവാനും മക്കൾ അഭ്യസിക്കട്ടെ. അതാണ് യഥാർത്ഥ ദൈവഭക്തി. എത്ര തിരക്കേറിയ ജീവിത സാഹചര്യങ്ങളിലും എന്നും പുലർകാലേ മണിക്കൂറുകളാണ് ഗാന്ധിജി ധ്യാനത്തിലും പ്രാർത്ഥനയിലും ചെലവഴിച്ചിരുന്നത്. അതാണ് അദ്ദേഹത്തെ മഹാത്മാവാക്കി തീർത്തത്. അതുകൊണ്ടുതന്നെയാണ് അദ്ദേഹം മറ്റു ലോകനേതാക്കളിൽനിന്നും വേറിട്ട് നിൽക്കുന്നത്. എല്ലായിടത്തും എല്ലാവരിലും ദൈവത്തെ ദർശിക്കുവാൻ മാത്രം അദ്ദേഹം വളർന്നത്.

എല്ലാ പുലരിയിലും ഉണരുമ്പോൾതന്നെ മക്കൾ ദൈവത്തെ ഓർക്കട്ടെ. ഏത് തീരുമാനത്തിലും ദൈവത്തിന്റെ ഇഷ്ടം തേടട്ടെ. മാതാപിതാക്കൾ അതിനവരെ സഹായിക്കണം. അവർക്ക് മാതൃകയാകണം. ജീവിതത്തിൽ ഗൗരവമായ തീരുമാനങ്ങൾ എടുക്കുന്ന വേളകളിൽ മാതാപിതാക്കൾ ദൈവതിരുമനസ്സ് തേടുന്നതവർ കാണട്ടെ. അരുതാത്ത ആവശ്യങ്ങളുമായി മാതാപിതാക്കളെ സമീപിക്കുമ്പോൾ ഇത് ദൈവത്തിന് ഇഷ്ടമാണോ എന്ന് അന്വേഷിക്കുവാൻ മക്കളെ ശീലിപ്പിക്കണം. അങ്ങനെ മക്കൾ ദൈവോന്മുഖരായി വളരട്ടെ. നല്ല മക്കളായി തീരട്ടെ.

■

www.ingramcontent.com/pod-product-compliance
Lightning Source LLC
LaVergne TN
LVHW041534070526
838199LV00046B/1673
* 9 7 8 9 3 8 9 6 7 1 0 8 7 *